अभिप्राय

आयु. गजानन पाटील यांनी अजिंठा काव्यसंग्रह तयार केलेला वाचला. ग्रामीण भागातील, एक अनबौध्द गृहस्थ अजिंठा लेणीबद्दल कविता संग्रहित करतो ही बाब कौतुक पात्र आहे. काव्य रूपाने एकूणच कविता दगडांतील लेणी बोलत आहे, असा भास झाल्याशिवाय राहत नाही. बुध्दांचा त्याग, तत्त्वज्ञान, जिवन गाथा, समर्पण, मोठा आदर्श कसा देऊन जातो, हे कवितेमधून जिवंत दर्शन देण्याचे काम गजाननजींनी केलेले दिसून येते. ज्या कलाकारांनी हे महान काम केले त्यांचेही कौतुक नाकारले नाही.

श्रम, मेहनत, प्रामाणिकपना, श्रध्दा ही लेणी कोरण्यामध्ये कशी दृष्य स्वरूपात आहे, याचे काव्यमय चिंतन दखल घेण्यासारखे आहे. कल्पकता चिंतनामधून व विकसित प्रज्ञेमधुन व्यक्त होत असते. काव्यमय पंक्ती केवळ काल्पनिक पात्र नसून जीवनाची वास्तवता साकारण्याचा प्रामाणिक प्रयत्न दिसून येतो. शील, समाधी, प्रज्ञाचा आविष्कार कल्पनेमधून साकारलेला आहे. तेव्हा गजाननजीच्या या प्रयत्नाला मनापासून शुभेच्छा!

“भवतु सब्ब मंगलम”

डॉ. भदन्त उपगुप्त महाथेरो
सचिव
डॉ. बाबासाहेब आंबेडकर रिसर्च
इंन्स्टिट्यूट ऑफ पाली ॲन्ड बुध्दिझम
धम्माचल, अजिंठा लेणी
ता. सोयगाव जि. औरंगाबाद
(महाराष्ट्र)

WORDLESS AJINTHA

CREATION OF ARTIST AND INNER PHILOSOPHY OF BUDDHA

GAJANAN K. FARKADE PATIL

First Published in December 2019

ISBN: 978-93-89763-06-5

BLUE ROSE PUBLISHERS
www.bluerosepublishers.com
info@bluerosepublishers.com
+91 8882 898 898

Illustrated by:
Auti S.B

Cover Design:
Mohit Joshi

Typographic Design:
Teena Maurya

Distributed by: Blue Rose, Amazon, Flipkart, Shopclues

अभिप्राय

अजिंठा बौध्द लेणीतील अप्रतिम लावण्य आंतरबाह्य भावमुद्रेने ओतप्रोत भरलेले आहे. तो प्रज्ञा, शील, करूणेचा जीता-जागता आलेख आहे. शिल्पाच्या रोमारोमात विश्वशांती आणि अतीव त्यागाच्या परीस्पर्शाने आणि सौंदर्याच्या परिसीमांनी अजिंठ्यातील कला दालन समृध्द आहे. सुमधुर चित्रमय व दुर्लभ कवनाचा आविष्कार म्हणजे अजिंठा होय. या प्रसन्न स्थळाशी एकरूप होऊन प्रस्तुत संग्रहाचे कवी गजानन पाटील यांनी घेतलेल्या हृदयस्पर्शी नोंदी म्हणजे **"नि:शब्द अजिंठा"** होय.

कवी गजानन पाटील यांचा **"नि:शब्द अजिंठा"** वाचतांना या कविता संग्रहातील एकूणच कविता बौध्दकालीन इतिहासाचा लेखा-जोखा नसून तो अर्वाचीन युगातील प्रतिमांचा अमुर्त ठेवा आहे. कवीने आपल्या सुंदर काव्यामधून तथागताची जीवनी शब्दबध्द केली आहे. हा कवी अतिशय संवेदनशील, नम्र, मितभाशी, सत्शील, लोभस व्यक्तिमत्त्वाचा असल्याने तो अजिंठ्याच्या लेण्यांशी एकरूप झाल्याने दिसून येते. कविता प्रांतात कवीने पहिले पाऊल टाकतानाच अतिशय गहन विषयाला हात घालून त्याने करुणा सागर बुध्दाविषयी केलेले सखोल चिंतन हा त्यांच्या कवितेचा स्थायीभाव आहे. त्यांचे लेखन नवीन येणाऱ्या पिढीला प्रेरणादायी ठरेल.अल्पकाळातच त्यांची प्रतितयश कवी म्हणून कवी जगतास ओळख होईल असा मला विश्वास वाटतो.

बौध्द साहित्याचा जगभर प्रभाव वाढत असतांना कवी गजानन पाटील यांचा **"नि:शब्द अजिंठा"** या काव्य संग्रहाची नव्याने भर पडली आहे. तथागत बुध्दाविषयी विविध पैलूंवर त्यांच्या कविता भाष्य करतांना दिसून येते त्यांच्या काव्य प्रवासाचा उगम सुखद बुध्द चरित्राच्या रूपाने झाला आहे.

जीवनाविषयीचे सुक्ष्म निरीक्षण करतांना महानिर्वाणासारख्या गहन विषयाला हात घालून सोप्या आणि सरळ भाषेत हे तत्त्वज्ञान मांडण्याचा केलेला प्रयत्न वाखण्यासारखा आहे. काव्य संग्रहातील काही त्रुटी अभावाने वगळता हा संग्रह वाचकांना नक्कीच आवडेल यात शंका नाही.

उत्तोरोत्तर त्यांच्या लेखनाचा परीघ वृदिंगत होत जावो आणि या नवलेखनाच्या बुध्दमय अंकुराचे रूपांतर बोधिवृक्षात होवो ही त्यांच्या विषयी मंगल मनोकामना करतो **"नि:शब्द अजिंठा"** या काव्य संग्रहास हार्दिक शुभेच्छा देऊन शब्दांना विराम देतो.

"अत्त दीप भवं "

वज्रनादकार कवी दिगंबर झाडे
भोवते ले आऊट अमरावती
अभ्यासक-संबोधी
डॉ. बाबासाहेब आंबेडकर स्टडी सर्कल
अमरावती

अभिप्राय

"नि:शब्द अजिंठा" हा काव्यसंग्रह वाचतांना डोळचांसमोर उभा राहणारा अजिंठा हा मनाला भुरळ घालून जातो. याच लेण्यांमध्ये सिध्दार्थाचा जन्म, तर असीत ऋषींच्या भविष्यवाणीने चिंतेत सापडलेली शाक्य नगरी ही अजिंठा तर नाही ना म्हणूनच की काय? सिध्दार्थाच्या लडिवाळासाठी हर्षाचे सारिपाट ही लेणी रात्रंदिवस खेळत होती, हाच जिवनपट याच लेण्यात घडला की काय? याच वास्तव चित्रन कवीने बुध्दमय होऊन बुध्द बालपणातील लीलया, हर्ष, अहिंसेचा ध्यास, निरागस्ता आणि शेवटी बुध्दांचा त्याग, तप, तत्त्वज्ञान यासाठी कवीने मनाचा केलेला यज्ञ आणि त्याच कल्पनेमधून निर्मित **"नि:शब्द अजिंठा"** जणू बुध्दांच्या चरणांवर वाहिलेल कमल पुष्पच होय.

लेण्यांतील सूक्ष्म निरीक्षण करून, लेण्यांच्या सौदर्यात भर घालणारी, नटलेली हिरवळ, रंगीबेरंगी फुलपाखरे, मोराची आलदायक केकावली, वानराची हुपहूप, वाघोरा नदीचा धो धो कोसळणारा धबधबा हे निसर्गचित्रण करतांना शेवटी बुध्दांच्या ध्यानारा शांत बसणारा हा निसर्ग बुध्दांशी कसा समरस झाला आहे. याचे वर्णन कवीने निसर्गाशी आपलेपणाचे नात ठेवून केले आहे.

तसेच कवितांमधून आज जगाला युध्दाची गरज नाही तर बुध्दांच्या अहिंसेच्या शस्त्राची गरज आहे, हे कवितेच्या माध्यमातून गजानन पाटील या नवोदित कवीने जो प्रयत्न केला आहे, त्यांच्या या प्रयत्नाला मनापासून शुभेच्छा!

मा. डॉ. बी ए चोपडे
माजी.कुलगुरू
डॉ. बाबासाहेब आंबेडकर मराठवाडा विद्यापीठ
औरंगाबाद (महाराष्ट्र)

मनोगत

बुध्द हे जगातील असे रसायन आहे की मानव, प्राणी, पक्ष्यांच्या पायाला काटा टोचला तरी त्यांच्या ह्दयाला वेदना व्हाव्यात एवढ्या हळव्या ह्दयाचा जगाच्या इतिहासातील सूर्यासारखा तेजस्वी आणि तपस्वी, शीतल चंद्रमासारखा शांत व सर्व सृष्टीतील जीव - जिवांच्या, भाव - भावनेला, सजीव-निर्जीवाला ममतेच्या भावनेने पाहणारा अहिंसेचा तत्त्ववेत्ता आणि विज्ञानाची कार्यशाळा म्हणजे **"बुद्ध"** होय.

बुद्धांची **"अहिंसा"** हे बुडणाऱ्या जगास तारण्यासाठी दिलेलं शांततेच शस्त्रच आहे. आज हिंसेच्या दारात रक्ताचे सडे सदैव ओलेच असतांना त्या सुकलेल्या सड्यावरती रक्ताच्या काफिल्यात मुडद्यांचे खच उठून दिसत नाही. म्हणूनच सुकलेले कुठे? आणि सर्वत्र केवळ हिंसा आणि हिंसाच म्हणून तर ही सृष्टी मानवाच्या दोषामुळे उद्विग्न झाली असताना एका जगान दुसऱ्या जगाची शिकार करावी? कारण त्या मुक्या प्राण्यांना स्वार्थ माहीत नाही, म्हणूनच का? पिलांच्या वस्त्या जाळायच्या मग ती धगधगती पेटलेली वस्ती विझवण्यासाठी माय जिवाचा आटापिटा करते. तो आकांत हात बांधून नुसता बघायचा? ही किती भयानक क्रूरता, म्हणूनच वर्तमानात संपुर्ण जगाचीच शांतता भंग झाली आहे. आज सर्वत्र हिंसेने थैमान घातलेले आहे. माणसामाणसांत युध्द पेटले आहे. कुटुंब, गाव, जिल्हा, प्रांत, प्रांतच नवे तर संपूर्ण देश क्रूरतेच्या वणव्यात जळत असतांना शांततेसाठी जो तो मार्ग शोधतो आहे. सर्वत्र युद्ध, उपासमार, निर्वासित, अपहरण, कुपोषण, दंगली, जाळपोळ, बलात्कार यामुळे संपुर्ण सृष्टी उद्विग्न झाली आहे. अशा अशांत परिस्थितीत जग विव्हळत आहे. या पासून जगाला वाचवण्यासाठी बुध्दाशिवाय दुसरा पर्याय नाही. त्यांच्या ***सत्यवचनातून व निर्मळ निरपेक्ष सत्यवाणीतून*** त्यांनी दिलेला सत्य, प्रेम, अहिंसा, न्यायसंगत विचारच आपल्याला या दृष्ट कालचक्रातून वाचवू शकतो.

हे मानवा अजिंठा लेण्यांत आविष्कारलेल्या काळ्या पाषाणावर छन्न्या-हातोड्याचे घाव बुद्धांच्या मूर्तीवर तुला दिसत असतील तरी ते घाव बुध्दाने हसत हसत झेलले. त्या विषयी बुध्दाने कधी कांगावा केला का नाही ना? कोणासाठी केला सर्वस्व त्याग आपण सुखी व्हावे यासाठीच ना! त्यांनी राजवैभव त्यागले ते फक्त आणि फक्त जग कल्याणासाठीच ना! जगाला युध्दाने जिंकता येत नाही. वैराने वैर क्षमत नाही. हा फार मोठा संदेश बुध्दाने जगाला दिला आहे. म्हणून आता **"जगाला युध्द नको तर बुध्द हवा"** दु:ख मुक्तीचा मार्ग जगाला देणाऱ्या भगवान बुद्धांचा बालपण ते महापरिनिर्वाणा पर्यंतचा माझ्या लेखणीतून झालेला नि:शब्द प्रवास मी माझ्या ह्दय-ओंठावर कोरून ठेवला आहे. या अनंत सृष्टीविषयी लिहीतांना माझ्या ह्दयातून अजिंठ्याचा पाझर अखंड वाहत राहावा. आणि शब्द न् शब्द त्या अथांग सागराशी एकरूप व्हावा त्यासाठी **नि:शब्द अजिंठ्याची निर्मिती आहे.**

काव्यक्षेत्रात मी नव्याने पाऊल टाकताना ज्यांनी माझ्या वाटेत जणू वसंताच्या कोवळच्या पालवीला जपावं त्याच प्रमाणे वैशाखाच्या रणरणत्या उन्हापासून माझ्या शब्दांना जपल आणि नुसत जपलच नव्हे तर प्रस्तुत कविता संग्रहासाठी परीशुध्द भावनेतून ज्यांचे मला वेळोवेळी मार्गदर्शन लाभले त्या जेष्ठ मान्यवरांमध्ये **महाबोधी सोसायटी ऑफ इंडियाचे सचिव पी. सीवाली थेरो, वज्रनादकार कवी दिगंबर झाडे, डॉ. भदन्त उपगुप्त महाथेरो, भन्ते एम. धम्मज्योती थेरो, मा.डॉ.बी.ए.चोपडे माजी. कुलगुरू (डॉ. बाबासाहेब आंबेडकर मराठवाडा विद्यापीठ औरंगाबाद), कवी दांडगे सर, प्राचार्य मा. वाकेकर सर, मा. डॉ. अरविंद गायकवाड सर, मा. नवगरे प्रताप सर (PSI), मा. मिलिंद खोब्रागडे सर (दीक्षा भूमी, नागपूर), मा. गोरे सर, मा.शहा.ए.ए. (सुत्रसंचालन), मा.दानवे डी.एस. (वरिष्ठ संरक्षण सहायक (ASI) अजिंठा लेणी), मा. जाधव सर (MTDC) औरंगाबाद, प्रा.डॉ.राजेश रगडे सर (संचालक पर्यटन प्रशासन विभाग, डॉ. बाबासाहेब आंबेडकर मराठवाडा विद्यापीठ औरंगाबाद)** या मान्यवरांनी माझ्या कविता संग्रहास अभिप्रायासह काव्य विश्वात पदार्पण करण्यास मला शुभेच्छा दिल्या. तसेच अक्षर जुळवणी, मराठी, इंग्रजी, **जापनीज अनुवादक, सौ. सुमेधा नाईक, द्वारा-भाषावाणी सेवा, पुणे, राष्ट्रीय ब्लू रोज पब्लिकेशन दिल्ली** यांचे सुध्दा मला वेळोवेळी मार्गदर्शन लाभले. या शिवाय प्रत्यक्ष अप्रत्यक्ष सहकार्य करणारे माझे मित्र व गावकरी या सर्वांच्या ऋणात मी राहू इच्छितो.

जाणकार समीक्षक तथा तज्ञ काव्यरसिक हो! माझ्या काव्यसंग्रहाची प्रेरणा म्हणजे तथागत बुध्द आहे. हा माझा पहिलाच काव्यसंग्रह असल्याने नजर चुकीने चुकीचा शब्द किंवा उणीवा आढळल्यास क्षमस्व!

गजानन किसनराव पा. फरकाडे
मु.पो. मंगरूळ ता. सिल्लोड,
जि.औरंगाबाद
पिन 431112 (महाराष्ट्र)

'Ahinsa' meaning Non-Violence is the weapon bestowed by Tathagat Buddha for achieving universal peace. Today, humanity is drenched in blood oozing from heaps of human bodies due to violence of humans who can not look beyond differences in religious beliefs. The taciturn nature is just dejected and gloomy due to humans. Why one world is hunting the other, only because the other does not bear the selfish nature? The habitates of the infants are burnt due to the caring hands are tied. What an innocent cruelty? War, Hunger, Starving humans, refugees- the assylum seekers, extortion and finally, the colonies of humans alongwith the colonies of vultures, and humanity who can not understand the pains of those suffering!!

In these caves have you ever seen the pains on the face of Buddha, the embodiement of peace who was gulping the torments of his time but never showed them on his face!! Did he tell all those and cried for those across globe? For what he sacrificed all these? Only for human and betterment of Humanity, isn't it?

Buddha is such a platform on the world stage which has such a compassion that even a tiny wound to humans, animals or birds etc...would cause pain to him. He was glittering like a Sun but calm and soothing like a moon at the same time!! Hence, this embodiment of Ahinsa - non-violence has taught the world 'Yuddha Nako Buddha Havaa' - Means -'No War, but need Buddha!!'

This is what is there carved in the caves of Ajanta!! My journey of writing on the caves of rocks, depicting the stories from the birth to the Mahaparinirvan of Buddha is not sufficient to describe.

Gajanan K. Farkade Patil has made those emotions appear in his poems!!

Gajanan K. Farkade Patil
Poet

NAMO BUDDHAYA

MAHA BODHI SOCIETY OF INDIA

(Premier International Buddhist Organisation : Estd.-1891)
Founder : Bodhisatthva Anagarika Dharmapala
(Registered under W.B.S.R. Act, 1961-Regn. No. 2666 of 1915-16)
Visit us : www.mahabodhisocietyofindia.org

FOREWORD

"Wordless Ajintha" composed by Shri Gajanan Patil, a devoted Buddhist and a Poet, is a reflection of deep meaning of existence of the sentient beings as revealed and taught by the Buddha in various sermons after his Enlightenment. The Poet had sketched his creation from the life of Siddharth, the Prince, to becoming the Buddha as drawn in the historical paintings and carvings originated in the Ajantha caves. Every stanza of his verse depicts the realities of worldly affairs that human beings encounter. Life is continuous struggle that all living beings are bound to face, knowingly or unknowingly. The eternal truth of life realized by Prince Siddharth who left royal comforts and the kingdom, was highlighted by the Poet through the feelings on various themes of his composition.

Thus, the Poet made all efforts to reveal the vicissitude of life through his pen. Poet's vision on the conditions of life like truth, sufferings, violence, justice, happiness & unhappiness, hatred and peace has gone into the inner meanings as have been ruminated in the rhythms of his poetry.

The Poet has brought out the Teachings of the Buddha on love, compassion, wisdom and peace in very simple and meaningful words. Each phrase contents untold stories of human beings facing in everyday life and the unending desire and ambition which can never bring satisfaction and peace in life.

"Wordless Ajintha" will truly come up before the readers as a heavenly art and inner philosophy of life and the Poet's innovative approach should be applauded for his unique creation.

Bhavatu Sabba Mangalam,

12th June, 2019
Kolkata.

(Ven. P. Seewalee Thero)
General Secretary,
Maha Bodhi Society of India.

अनुक्रमणिका *(Content)* (索引)

WORDLESS AJINTHA

बुध्द घडवताना

एका महाकाय शिल्पात
बुध्द घडवताना
किती घाव त्या बुध्दाने
सहन केले
की आजही तो बुध्द
जगाला दाखवू शकला नाही
यालाच म्हणतात बुध्द

While Carving Buddha

While Carving Buddha
from the mammoth rocks,
Buddha had to take
How many shocks?
Till today, for those pains,
he did not show any strains!
This is what is“Buddha”.

仏を作 っている間

巨大な彫刻の中で仏を作っている間、

仏はそれほど多くの傷を負いました。

彼が世界を示すことができなかった、

ですからこれは仏様と呼ばれています。

अहिंसेचे बुध्द दिसले (लेणी शोध)

Search For Caves (Regarding how the caves were found)

सावज चुकोनी, मर्म गवसले
कातळावर त्या, दिव्य चमकले
अंधार साऱ्या लेण्यांमधले
अहिंसेचे बुध्द दिसले

तो शिकारी, तो गुराखी
पाहुनी स्तब्ध, हर्षे मनाशी
काय म्हणावे या जगाला
शब्द राहुनी ओठांशी

ज्ञानियाचा हा राजा
आसने कमल पुष्पी
ध्यानात सदैव तो राही
नि:शब्द बोलती बरेच काही

भूतळी पाहून आगळा
अवलौकिक हा सोहळा
मुखी त्यांच्या सदैव वाहतो
वात्सल्याचा झरा

While I was searching for some pray (shikar)
Suddenly I saw some light on a rock,
In all the darkness surrounding it,
The figure of Buddha was prominent.

The hunter, the dog all were
Taken aback looking at the rocks
I am not able to find his words
To describe the sculpture on the rock.

The king of knowledge was
Sitting with his eyes closed on the lotus,
Though he is in penance,
His silence tells the story of his status.

Having witnessed on the earth
Otherworldly celebrations
A stream of affection
Flows from his lips.

洞窟の検索（洞窟の見つけ方について）

私が獲物を探している間（狩猟）

突然私は岩に光を見ました、

それを取り巻くすべての暗闇の中で、仏像は顕著でした。

ハンター、犬はすべて岩を見てびっくりしました

私は彼の言葉を見つけることができません岩の上の彫刻について説明します。

知識の王は、蓮の目を閉じて座ることでした。

彼の沈黙は彼の身分の物語を物語っている。

仏は天国を地球にもたらした

彼は永遠の愛にいつも恵まれているからです。

अजिंठा

टिपूर चांदण्यांमध्ये हरलेला
पाना-फुलांच्या कुशीमध्ये विसावलेला
काळ्या पाषाणांच्या हृदयात कोरलेला
बुध्दांच्या तत्त्वज्ञानाने ओथंबलेला.....**अजिंठा**

कुठे मनाला हेलावणारा
कुठे अलगद स्पर्शणारा
कुठे धीर गंभीर करणारा
तर कुठे शब्द नि:शब्द...................**अजिंठा**

एकांत गाभाऱ्यातून डोकावणारा
मनामनांत भिजलेला
अद्‌भुतरम्य भासणारा
युगायुगांनी ओठांवर अधिराज्य गाजवणारा.....**अजिंठा**

Ajintha

Lost in the bright
moonlight
Resting in the leaves and
flowers
Carved in the dark stone
Filled with the philosophy
of Buddha…**Ajintha**

Sometimes simmering in
mind
Sometimes touching the
mind
Sometimes making serious
And sometimes making
speechless…**Ajintha**

Peeping through sanctum
sanctorium
Drenched in everybody's
mind
Extremely wonderful
Always on the lips of all
since millennium…**Ajintha**

アジャンタ

月明かりの中で失われた、
豊富な花と葉で休んだ、
黒い石に刻まれた、
仏様の哲学に富んだ…アジャンタ

それは心を掻き立てる
心にそっと触れる
時々深刻になる
言葉がミュートされている場所…アジャンタ

隠遁の聖所からのぞきます、
みんなの心に浸して、
素晴らしいファンタジーのように見せかけて、
多くの世紀の後、私たちの唇を支配することは…アジャンタ

शिल्पकारी

आविष्कारी ही नानापरीची
मज वाटे ती कला अंतरातली

बुध्द जीवनी, ओतली पाषाणी
द्यावया बोध युगे युगे

रेखाटली सुखे, बुध्दांचा त्याग
जैशी हिरवेची वेल निष्पणति

पक्ष्यांशी कणव, मोराची याचना
प्रेमाचा जिव्हाळा, तप नकोची

बुध्द होण्या किती खडतर वाट
दाखवूनी मारा, करिती आक्रोश

महापरिनिर्वाणाचे, जड झाले क्षण
रडले पाषाण, लेण्यांतले

गुफांच्या अंतरी, पवित्रची स्तूप
केलेस निर्माण वंदावया

शब्द ओठांशी, ओठांशीस स्फुंद
मानवा-तुमचीया कलेस नि:शब्द

Sculpture

Different types of expression
This seems to me from someone's heart

Buddha's biography carved into stones
giving insights from another era

Lines of happiness and sacrifice of Buddha are drawn
Just like the green vine becomes leafless

Penance is not necessary
Have compassion with birds and solicitation of peacock

How difficult it is to become a Buddha
He tolerated hitting and resentment

Stones of the carvings are crying
at the moments of the Mahaparinirvana (great sacrifice) of Buddha

The holy stupasare built
inside Ajanta cave for prayer

words remain at the lips
becoming speechless at your art

職人技

この芸術は、地球か天国からありますか？
これは、誰かの心臓から私に思われます

石に刻まれた仏陀の伝記
別の時代からの洞察を与える

ちょうど緑のつるが葉がなくなるように
仏の幸福と犠牲の線が描いている

苦行は必要ない
鳥と孔雀の勧誘との同情を持つ

仏様になることは、なんて難しいでしょう
彼は打撃および憤りを容認した

仏様の大きな犠牲の瞬間に
彫刻の石は泣いている

ストゥーパ（仏塔）は、祈りのために
アジャンタ洞窟の内部に構築されている

言葉は唇に残る
あなたの芸術を見てウットリした

महामाये स्वप्न

चातुर्महाराजा देवगण येई भूतळी
महामाये पर्वती, स्वप्नीच घेऊनी

तो साल वैरागी, पर्वत रांगेत
जणू उभा युगीचा असे साधनेत
साल वृक्षातळी, अंथरुनी शय्येस
घेई विसावा क्षण सावलीत

देव अर्धांगना नेऊनी माये तळे
करोनी स्नान, पवित्रची जळे
परिधानुली वस्त्रे, दैवी अलंकारित
घालुनी गळा, माळा पुष्पे सुगंधित

स्वर्गाहूनी मग येती दैवीचे कुंजर
सरोज मुखीचे, कुशीत घेऊन
महामाया हर्षे, स्वप्ने मनीच पाहून
कुस दाटे मग राजसाची पाहून

सांगण्यातुर शुध्दोधनांस
रात्रची स्वप्ने गोडीच ते
आनंदून गेली नगरीच सारी
मावेना हर्ष मग गगनीच ते

साधू करिती स्वप्नांचा उलगडा
पवित्रची सोहळा होयच तो

The Dream of Mahamaye (Mother)

Chaturmaharaja, All the gods came
in dreams of Mahamaye (Mother) and
they took her to the hills in her dream

The Sal Bairagi was standing in the hills
As though standing there for ages in penance,
Under the Sal tree, on a piece of cloth,
Taking rest in the shed of the tree

God took ardhangana (Mother) to the lake
And bathed with the pious water
Draped with clothes and ornaments
And put Garlands of exotic flowers

Then the elephant (Airawat) of gods
Descended from Heaven with a lotus in his tusk
and entered in the uturus of the mother
And looking at the child in dreams,

Mahamaye (Mother) was happy

Mahamaye (Mother) was very eager to
Tell about her dreams to
Shuddhodhan (Husband's Name)
After listening to the news, the whole
Kingdom was drenched in happiness
Sadhus then explained the meaning of
Dream, It was indeed a pious moment .

マハマヤの夢

チャトールマハラジャ・デヴァガン (神様) が陸にやってきた
マハマヤが山の夢を見ました
賢者のような「サル」の木、山脈の範囲で
賢者のように、時代の後の時代
「サル」の木の下のベッドの広がりを使って
影の中でしばらく憩います。

彼女は王様を池に連れて行きます
聖なる水にお風呂に。
信心深い装飾品に身を包んだ
香りの花の花輪は、首に着用されています。

天から来る神の使者,
マハマヤの蓮の花のように
彼女は夢を見て幸せです
王様を見て嬉しい

王様に夜の夢を告げるために
非常に好奇心旺盛な女王マハマヤ
街全体が幸せで楽しい

聖人は女王の夢の意味を説明し、
聖なる祭りは、市内で祝われます。

सत्य वाणी

असीत ऋषीची, मुखोद वाणी
होईल राजा नाही तर संन्यासी
सिध्द बाळाची, पाहुनी भाकिते
राज डौलारा, खिन्नची असे

उद्विग्न राजा करी राजाज्ञा
स्वर्गीचि महल असावेत भूवरी
तिन्ही ऋतूंचा सांभाळ करी
कशास म्हणावे दुःख जरी
न कळावे राजसा
सुखलोलुप, असावा सदैव
कारण न लगे संन्यासा

तैशीची महल रमणीय ते
भोग, विलास कमी न ते

सिध्दा मना आले एके दिवशी
रथात बैसोनी, करावी सैर
राजवाडा सोडूनी, नगरीची

इथेच सुखाची झाली बोळवण
भलतेच दुःख पाहुनिया

The Truth

The word of sage Aseet
That he will be King or Hermit,
But looking at the forecast of the
Infant, the kingdom was in
despair

Frustrated king issues order
That the palace be built like in
heaven,
The child need not know what is
sorrow
Be it any season, he should
always be
In happiness, lest he should be
Hermit

While the child was sitting
In his grand palace, where there
was
No dearth of grandeur and luster
He thought of taking a round
Of the city, leaving the palace

This was the end of his happiness
When he saw the pain in many
forms .

真の声

アシットセージのスピーチ
子供は王または聖者になります
シッデヤ君の予言を見て、
王室は不幸です。

取り乱した王は命令します
地上に天国の宮殿を建てます
全3シーズン
王子は悲しみが何であるかを知らないだろ、
彼はいつも幸せになります
放棄の理由はありません。

宮殿は楽しかったです
贅沢でいっぱい。

ある日シッダは思いました
宮殿から出よう、
市内のチャリオットに乗ります。

いろいろな悲しみを見て、
喜びはここで終わりました。

त्रिकाळाचा इंद्रधनू भाळे

केशशृंगी लीलयाधारी
प्रतिपदेचे शशी बाळसे पडे तयावरी
भुरभुर उडुनी केस सोनुले
मुकुट सोनशी का शिरे रवी घातलीये
त्रिकाळाचा इंद्रधनू भाळे
लावूनी तयावरी ब्रह्मधनु का टिळे
नयनी काजळ चंद्रमा घालूनी चंद्रकोरे
तेजपुंज दिव्यत्वाचे लाजावे का दिनकरे
नाशिका नोखे लाजरे, बुजरे
त्यावरी अनंत गिरी शिखरे
कानन कुंडले डुलती चांदणे
जणू सप्तसुरांचे का कोकीळ गाणे
गाली हसरे खळीत रुतले
नभ चंद्रागने का गालीच बसले
रंग उधळण सूर्यास्ताची कोमल कळ्या अन् पाकळ्यांची
जणू रंग ओतुनी नाजूक ओठे दूध मायेची की सायच वाटे
गळा शोभती कांचन हारे
कटीवरी नवरत्न गोफ सारे
कधी हसावे कधी रूसावे
कधी करावे अनंत गाऱ्हाणे
पैजण वाजुनी कंकण वाळे
बाळ सिध्दाची लेकुर चाळे
महामायेच्या काळजाचे गौतमी पुरवोनी लडिवाळे

Wearing Rainbow of Time (Trical)

The child is playing with his hair make-up
His face is lit like a moon on the first day,
His golden hair's are flowing with wind
His crown is radiating like a sun.
He is wearing a rainbow on his forehead,
He is wearing Kajal in his eyes like moon,
He is looking so bright that sun is also surprised,
His nose is very tender and lined,
As though there are many a mountain heads
He is wearing stones in his ears,
The ear rings in his ears are like stars in the sky
His voice is like cuckoo
He is having a dimple on both sides,
His colour is like a setting sun
And his lips are very tender
He is wearing golden mala
He is wearing a Navratna chain around his waist,
Sometimes he laughing
Sometimes he is angry,
Sometimes he is complaining to his mother
The ornaments in his leg are making sound,

His mother is looking after her
child with lots of love.
(after the death of his mother
Gautami looked after him)

時代の虹を身に着けて

子供は自分のヘアメイクで遊んでいます
初日の彼の顔は月のように照らされていま、
彼の金色の髪は風で流れています
彼の冠は太陽のように放射しています。
彼は額に虹をかぶっています、
彼は月のように彼の目にカージャルを着ています、
彼はとても明るく見えているので太陽も驚いています、
彼の鼻はとても優しくて並んでいる、
山の頭がたくさんあるかのように
彼は耳に石をかぶっています、
彼の耳の中の耳輪は空の星のようなもので。
彼の声はカッコウのようです
彼は両ほほにえくぼがあります、
彼の色は夕日のようです
そして彼の唇はとても柔らかい
彼は金色の花輪を着ています
彼は腰にナヴラトナの鎖をかぶっている、
時々彼は笑って
時々彼は怒っていま、
時々彼は母親に文句を言っています
彼の足の飾りは音を立てています、
彼の母親はたくさんの愛をこめて彼女の子供の世話をしています。
彼の母親の死後ガウタミは彼の面倒を見ました。

बाळ सिध्द कसा अजुनी

बाळ सिध्द कसा अजुनी
सांज सरूनी गेला कुठे?
मन हे सारे धावून गेले
सोन पाऊल जिथे तिथे

या लेण्यातून त्या लेण्यातून
अंधार म्हणतो नाही येथे
काळजाचे होऊन पाणी
वाघोराही स्तब्ध असे

मोर पिसारे अलगद हलले
श्वासाचेही अंतर बोलले
शोधतात पंख सारे
ठेचाळून पाय सारे

पाहा बाळ सिध्द कुठे तो
ध्यानात बैसोनी निजस्थळी तो
देहभान हरपून सारे
नभांगणातील तारे सारे

'O' boy Siddha yet

It's an Evening late
Where are you, O' boy Siddha
yet?
Mind is running from pillar to
post
searching for your golden feet
Peeping from one cave to
another
Darkness says - 'Not here'
With the heart broken & dumb
River Waghora became numb
peacock plumage shaken
Breathing air spoken
While searching him
stumbled the feathers
Oh see here Infant Siddha
Sitting and meditating
Loosing all bodily awareness
All the stars in the sky

हंस

थवा हंसिके नभांगणी विहरती
नजर चुकोनी देवदत्ताशी
तीर, कमठा रेखून हाती
सोडियेला हंसिके छाती
आकांत जिवे ओरडून सांगे
नभी अंगणाशी
कुण्या वैरत्वाने घात केला
मम जिवाशी
कोण सोडवे हातुनी आता
अर्ध प्राणाशी
ऐकता आकांत उपवनी सिध्दार्थ
दुडदुडले पाय हंसापाशी
फडफडे पंख विव्हळती श्वास
तीर मर्माशी भेदोनिया
गोंजारूनी माये वेदनेस ऊब
उपसोनी हळूच मर्मातुनी
लगभग घाई देवदत्ता
माझा हंस तुझा कैसा
मी वाचवूनी प्राण त्याचे
मी तारक तैसा
शुध्दोधनापाशी घेऊ हा न्याय
जे देती न्याय हंस त्याचा
राजदरबारी भरोनिया न्याय
न्यायास उभा मग हंस तो
देवदत्त मारती हाक हंस न पाहे काही एक
सिध्दार्थ मारती हाक तैशीची हंस धावोनिया

Swan

A flock of swans was flying in the sky,
Devdatta shot an arrow at a swan
From his bow
The swan fell to the ground
And started crying loudly with pain.
Listening to the noise,
Siddhartha was playing out in the garden
And picked up the swan.
He slowly took out the arrow
And nursed his wound and gave
Him so water.The swan rested
Quietly in the arms of Siddharth.
Devadatta came running to Siddharth
And started claiming swan,saying
He has shot it,therefore, it is his swan.
Siddharth said, he has saved the swan
Therefore, the swan belongs to him.
Soon both of them went to Shuddhodhan.
The matter came up in the court of the king.
The swan was kept on a table and king
Asked both of them to call out to swan.

When Devadatta called out , the swan
Did not look at him. But when Siddharth
Called out, the swan immediately went
In to his arms.The justice was given
The swan belongs to Siddharth

白鳥

白鳥の群れが空を飛んでいた、

デヴァダッタは彼の弓から白鳥に矢を放っ。

彼の弓から白鳥が地面に落ちた

そして痛みで大声で泣き始めました。

騒音を聞いて、シッダールタ (若い仏) は庭で遊んでいました

そして白鳥を拾いました。

彼はゆっくりと矢を出した

そして彼の傷を看護して与えた

彼はとても水だ。白鳥は休んだ

静かにシッダールタの腕の中で。

デヴァダッタはシッダールタに走ってきました

そして、白鳥を主張し始め、

彼はそれを撃った、それゆえ、それは彼の白鳥です。

シッダールタは言った、彼は白鳥を救った

したがって、白鳥は彼のものです。

すぐに二人ともシュドーダンに行きました。

その問題は王の法廷で起こりました。

白鳥はテーブルと王の上に置かれました

二人に白鳥を呼ぶように頼みました。

デヴァダッタが叫んだとき、白鳥

彼を見ていませんでした。しかしときシッダールタ

呼び出された、白鳥はすぐに行きました

彼の腕の中に。正義が与えられました。

白鳥はシッダールタに属します。

अहिंसेची कास

नको हे जिवांचे
क्रुर असे मरणे
घेऊनी युद्धाचे
भय इथे जगणे

कधी न मिटल्या
कधीही न संपल्या
माणसांच्या लढाईत
हिंसा इथल्या

शाक्य अन् कौशल्या
रणांगणी दोन्ही
शंख निनादोनी
थांबुनी सिद्ध संहारी

नरसंहार करोनी
का नांदती राज्यास सुखे?
मज करावे शिर
धडावेगळे

सिद्धाच्या प्रश्नी
अनुत्तरित राजे
अहिंसेची कास
राजे धरोनिया

Principle of Ahinsa

I do not want the
Merciless deaths of people,
'cause everybody is living
Here with the fright of death.
The violence in the
Wars of humans never ended.
Shaakya and Kaushalya
Both are in war,
Sounding the trumpet
Are ready to kill.
After killing people,
Do you get any respite,
Then kill me by separating
Head from rest of my body.
On this question,
The kings became silent,
And surrendering to Siddha
Decided to follow ahinsa.

नृत्यांगना कांचनी

किती भोगुनी भोगावी
रोज बदलावी कातडी
यावे जन्मास गणिका
भोगास वस्तू कांचनी

नसते कधीच रंगमहाली
पैजण बांधुनी दुःखास
दुःखातही हसावे
वेदनेचे गिळून श्वास

नृत्य असावे कांचनीचे
पिऊन घोट अजून मद्यांचे
देवदत्त वेडापिसे
कांचनी-कांचनी करीत असे

बरे न वाटे तव जिवाशी
पडोनी भोवळ इंद्रियांशी
तरी भोगियेली तैशीची
रात्र जागून क्रूरतेची

सिध्दार्थ मग क्रोधे ज्येष्ठाशी
असे गणिका म्हणून ती स्त्री
तू का मानवता
भोगियेली बळजोरी

Dancer Kanchani

The life of a Ganika is very
strange
She has to be ready daily for new
customer,
As the life of a Ganika is a thing
of enjoyment.
She has no place of her own,
She has to wear painjan,
whenever
Required, forgetting her own
miseries,
The dance of Kanchani was very
beautiful,
Devadatta was mad after her,
drinking alcohol,
And always kept repeating
“Kanchani, Kanchani”.
She was not feeling well,
And she fell unconscious,
Still, Devadatta enjoyed her
youth
Throughout the night. The night
was passed
With cruelty and pitilessly.

Siddharth was angry with her
elder brother
He asked his elder brother, just
because she
Is a ganika, why did you lose
your humanity.

साम्राज्याशी घालून दंडक
देऊन स्त्री सन्मान
मायेचा तो जगी शोभतो
शांतीचा अभिमान

Siddharth then made a rule in his kingdom
That all the women should be honoured
And thus he became a man of love and peace.

ダンサー・カンチャニ

ガニカの人生はとても変です
彼女は新しい顧客のために毎日準備しなければなりません、
ガニカの人生は楽しいものです。
彼女には自分の居場所はありません。
彼女はいつでも、アンクレットを着用しなければなりません
必須、自分の悲惨さを忘れて
カンチャニの踊りはとても美しかったです、
デヴァダッタは、アルコールを飲んで、彼女の後に怒っていた
そしていつも「カンチャニ、カンチャニ」を繰り返し続けました。
彼女は体調が悪かった、
そして彼女は意識不明になりました、
それでも、デヴァダッタは彼女の若さを楽しんだ
一晩中。夜は過ぎました
残酷で哀れな状態で。
シッダールタは彼女の兄に腹を立てていた
彼は兄から頼んだ。
私はガニカです、なぜあなたはあなたの人間性を失ったのですか。
それからシッダールタは彼の王国で統治しました
すべての女性が尊敬されるべきであること
そしてこうして彼は愛と平和の人となった。

लावून डाव साम्राज्याचे पणास

सुख शोधण्या मानव
चंद्रावर जाईल मंगळावरही
लावून डाव साम्राज्याचे पणास
आयुष्याचे डावही लावतील

सुखासाठी सर्वस्व त्यागणारी
माणसं दु:खाच्या शोधासाठी
घराचा उंबरा न ओलांडणारी
पण ज्या भगवान बुध्दाने उंबरा ओलांडला

तो नव्हे एखाद्या छपराचा
तो नव्हे चार भिंतीचा
तो होता ऐश्वर्य संपन्न राजवाड्याचा
तो होता दुमदुमलेल्या शाक्य नगरीचा

Betting On The Kingdom

Man will go to the moon
And even to the Mars
In search of happiness
He will bet on his life also.
People.will leave all riches,
Some people will not leave
Their house in search of sorrow
But Buddha who left his house
Was not limited to any house,
Or shelter,
He was belonging to ampalace
He was belonging to a
Shakyanagari (kingdom).

王国に賭ける

男は月に行きます
そして火星にさえ
幸せを求めて
彼は自分の人生にも賭けるでしょう。
人々はすべての富を捨てます
何人かの人々は去りません
悲しみを求めて彼らの家
しかし彼の家を出た仏
どの家にも限らなかった、
または避難所、
彼は宮殿に属していました
彼は釈迦如来王国に属していました。

राजा बिंबिसार (विनवणी)

सिद्धार्थाची झोपडी
डोंगराच्या कडा
तांबड फुटोनी
भिक्षेचा लळा !

अनवाणी पाय
काटयांतून जाई
कशी ही पहाट
रात गोंजारत जाई !

नित्य नेम एक
घरातून भिक्षा घेई
न मिळे भिक्षा
दिस भुकेतच जाई !

राजा बिंबिसार
ऐकुनी व्यथा
भेटण्या सिद्धार्था
आदरातिथ्य !

आसनस्थ गौतम
पडले दृष्टीस
पाहुनी मन:शांती
आश्चर्याची!

तुझीया कुटुंबी
माझा स्नेहभाव

King bimbisar (request)

Hut of Siddharth
Is near hillside,
From where he goes
For Bhiksha early in the morning.
He walks in the jungle
Barefooted,
Like the night passes
Through to the morning.
He takes bhiksha only
From one house daily,
And i he does not get bhiksha,
His day passes without eating.
King Bimbisar came to
Know about this one day,
And he set out to meet
Him with great humble.
He saw Gautam sitting
There cross legged.
He immediately felt
The peace of life.
He said I greatly honour your
Family, please leave this
Thought of renunciation.
"If you don't want kingdom of
your father,
Please accept half of mine!"
With No expectations from life,
after renunciation!
King bowed before Lord
Buddha!!

न धरावा विचार
त्यागाचा ह्या !

नको वाटे तुझ
वडिलाचे राज्य

अर्ध्येची मज राज्य
स्वामी हो !

नव्हे आस जीवनी
त्यागुनी सुखे
करुनी वंदन
संन्यासांस !

यशोधरा

विरहात आटून आसवांना
उदास साऱ्या रात्री गेल्या
वैशाखीचा चंद्र शोधण्यात
रात्री केव्हा सरून गेल्या

शोधताना पाउलखुणा
उजेड केव्हा संपून गेला
क्षितिजावरती मावळतीचा
सूर्य केव्हा डुबून गेला

मनात साऱ्या आठवणींचा
गुंता सारा होऊन
गोंजारते मी स्वप्नांना
मृगजळ परी होऊन

कस्तुरीच्या सुगंधाने
पाय हरिणीचा दमून गेला
विसावा घे जिवाशी
गंध कस्तुरीचा दरवळून गेला

Yashodhara (Wife of Buddha)

Without you
The nights have passed
With tears dried,
Without you
The nights have passed
In search of moon in Vaishakh
(Name of a Month)

In search of your footsteps
Do not know when the day
passed
In search of you
Do not know when the sun was
set

Your memories are
Like cobwebs in my mind
While in dreams
They look like oasis

In search of kasturi
The black buck ran everywhere
But when she exhausted,
The aroma was around her

ヤショダラ（仏様の奥さん）

あなたなしで
夜は過ぎました
涙が乾いたら
あなたなしで
夜は過ぎました
ヴァイシャク（月の名前）で月を探して

あなたの足跡を求めて
その日がいつ過ぎたかわからない
あなたを探して
いつ太陽が沈んだのかわからない

あなたの思い出は
私の頭の中でクモの巣のように
夢の中で
彼らはオアシスのように見えます

カストゥリ(香り)を求めて
黒バックは至る所で走りました
しかし彼女が疲れ果てたとき、
香りは彼女の周りだった。

पापण्यांत घाव ओले (यशोधरा)

जग हे सुने सुने
कुणाविना उणे उणे
हृदयात जपले मी
पापण्यांत घाव ओले
बुध्दावाचुनी सारा अधुरा
राजशयाचा ओस किनारा
उजेडात शोधते अंधार
कसा हा आभास सारा
शोधुनी साऱ्या अथांग वाटा
थकल्या न कुठे मनतरंग लाटा
हिंदोळ्यात हिंडले सारे
प्राण येता आणि जाता
घे राजसा घे भरारी
पंखांना परत माघारी
नको जिवाची करू होळी
रांगोळ्यांत काढली मी
आसवांत काया भिजलेली

Eyes Filled With Tears

This world is a lonely place
You always long for somebody
I have concealed the injuries.
Of my heart in my tearful eyes

The palace is incomplete without
Buddha
The bed is incomplete without
him
I am searching darkness in the
light
With a clueless mind.

I searched in all directions
But still my mind is not
exhausted
My life is on and off
During this search.

Oh mind, take a flight again
With renewed strength
Do not lose hope,
I still hope in my mind
That I will find him somewhere .

目が涙でいっぱい

この世界は孤独な場所です
あなたはいつも誰かを切望しています
私は怪我を隠しました
私の心の涙目

宮殿は仏なしで不完全です
彼なしではベッドは不完全です
私は光の中で闇を探しています
無知な心で。

全方向を検索した
それでも私の心は疲れきっていません
私の人生はオンとオフです
この検索中。

ああ、もう一度フライトに乗る
新たな力で
希望を失うな、
私はまだ彼がどこかにいることを心に願っています。

इथे भाकिते तू काळाचे (महाप्रजापती गौतमी)

राजसा सोडून माये पसारा
राज रंगी, गंध न सहारा
ओस दिवट्या, काजळ काळ्या
रात किड्यांच्या, कल्लोळ टाळ्या

आभास सारे, अवती भोवती
नयनाचे उघडे पापण वरती
काळजात फुटे अंतरी पाना
अजूनी आठवू अजून किती

कधी न पाहिली मी येथे
जशी स्मशानात जळती प्रेते
राजसा आज काय इथे
राजमहालीच शिरून भुते

मी श्वासही श्वास मोजते
कंठ हुंदका आत गिळते
यावी कानी हाक मायेची
विसरुनी सारे जीवनच भौवती

इथे भाकिते तू काळाचे
दैवाचेच पदर फाटके
आसू ओंगळीत राहे आता
तेही होतील संन्याशाचे

Prophecy of Time!!(MahaPrajapati Gautami)

The Prince, leaving behind the comforts,
Renunciations of the palace & all the glory,
Dried torches, black grime,
Night Insects, clapping noises!
Strange feelings all around,
My eyes wide open, though,
Heart full with love,
How much I should remember.
I have never seen anything
Like burning corpses in the crematorium,
But the palace seems like
It is housing ghosts.
I am counting my breaths,
And gulping the tide of emotions,
Hope that I will hear the calls of love,
Forgetting everything else around.
Here you are foretelling the times
Though the luck is not very favourable,
The tears will keep rolling
From the eyes of hermit.

लेणी

हिरवा शालू नेसोनी
नववधू होऊनी शृंगार सारे करूनी
मनीच गाली लाजली काय?

अवखळ वाऱ्यात
बेधुंद पावसात
मनी ओली चिंब भिजली काय?

कोकिळेच्या गळ्यात
मोरांच्या पिसाऱ्यांत
थुई-थुई कधी नाचली काय?

सुन्या सुन्या रात्रीला
काळजाच्या ठेक्याला
एकटेपणा कधी वाटला काय?

The Caves

How did the newly wed bride
With green shalu on her,
And all the beautiful make-up
Feel in her mind?

Did she got drenched
In winds and incessant rains?

Did she dance with
The tune of cuckoo
And with the rhythm
Of dancing peacock?

Did she feel loneliness
In the dark nights
When her heart was pounding?

洞窟

新婚花嫁はどうやって

彼女の上に緑色の花嫁の服装、

そしてすべての美しいメイク

彼女の心を感じますか？

彼女は風と絶え間ない雨でびしょ濡れになったのですか?

彼女はカッコウの曲で踊った

そしてリズムで

踊る孔雀の?

彼女は孤独を感じましたか

暗い夜に、

彼女の心がドキドキしていたか?

बुध्द सांगती शांत झोपा रे

गडद पिसारा मोर नाचरा
कोकीळ कुंजन गोडीच ते
वानर टोळी हुपहूप करती
झाडा शेंडे ऐटीत बसती

दुपार सारी तहान लागती
पाणवठ्यावर शाळा भरती
कोल्हयासंगे कुही काढती
डोहामध्ये अंग पोहडती

एक शहाणा चला आता रे
दमलो आता झोपू या रे
मस्ती करून थकून जाती
चिंचे झाडा झोप मारती

वानर चाळे झोप कशाची
डुलकी घेता शेपूट ओढती
कोल्हेकुई सांज ऐकती
वानर म्हणती हूप करा रे
बुध्द सांगती शांत झोपा रे

Buddha Tells Sleep Well

The peacock is dancing
The cuckoo is singing song,
The monkeys are making strange noises
Sitting on top of the trees.
In the afternoon all
Gather to the pond side,
Mixing his sound with foxes,
They bath in the pond.
But one alert animal, says come on
Let's s go, and after getting tired
They all sleep under a tree.
But the monkeys do not
Sleep, and mischievously pull tails of others,
The sound of foxes
is heard in the evening
Monkeys say, Hupp
But Buddha says go to sleep.

ध्यान

कोण न जाणे
कुणी पाहिल्या
ध्यानस्थाच्या राती
भुकेल्या पोटात पेटल्या
तत्त्वज्ञानाच्या वाती

सो-सो वादळाच्या झोतामध्ये
धो-धो पावसाच्या सरीमध्ये
विझल्या नाहीत अंतर्मनामध्ये
पेटल्या तत्त्वज्ञानाच्या ज्योती

काळोखाचे शीड पाठीशी
बोधि वृक्षाचे शालू उशाशी
काळ्या मायेच्या कुशीत झोपला
ओढून अंबरला छातीशी

Meditation

Nobody knows who saw the
candles of
Philosophy lighted in the
starving stomach
In the nights of penance.
The candles of philosophy did
not blow out
In the raging storms and pouring
rains.
With the curtain of darkness
behind him
The Shalu of bodhivruksha under
his head,
He slept on the ground covering
blue sky above him.

瞑想

誰が哲学のロウソクが償いの夜に
飢えている胃で
点灯されるのを見たかについて、
誰もわかりません。
哲学のろうそくは荒れ狂う嵐と
降り注ぐ雨の中では吹き消しなかった。

彼の後ろに闇の幕で
彼の頭の下に菩提の木の貴重な枕、
彼は、彼の上の青空を覆う地面で眠った。

वाहतो तिचा निरंतर झरा (वाघोरा)

वाहतो तिचा निरंतर झरा
कुणाची वाट पाहून झुरते मनात जरां
चकोर चांदणे लपतील पाण्यान
चंद्र उगवेल तसा ही राती दमान

क्षणभराशी वाटते तिजला टाकून अंग तटाला
निजल्या गर्द सावल्या उंबराच्या उठवू कशाला

काय अचानक घडले कसे
डोहात डुबला चंद्र कुठे ?
पाहण्यास गगनी शुक्र उठे
बुध्द उठोनिया नित्य मुहूर्ता

स्नानास भरल्या तटी जळीच्या
नि:शब्द ओठात पाकळ्या ध्यानीच्या

नित्य असा हा सोहळा पाहुनी
काय वाटते मनात आता
जन्मावे पुन्हा पुन्हा घेऊन भाग्य
लेण्यांच्या कुशीत सदैव आता

Continuously Flows Her Brook

Continuously flows her brook
Who's she waiting for?
When the moon rises with ease
in night
Hide in her water, would the
moonlight!
She thinks for the moment when
leaning to a shore
Why wake up the shadows of
Banyan there?

Oh, what happened this
suddenly?
Where moon has sunk in the
deep Pool?

Curious Venus, an evening star
Arises on horizon!
Buddha, the Lord woke up as
usual
Came on her shore for bath
The lips are dumb and tight
When looking at this ceremony
What must be the plight?
Blessed to be born again and
again!
In the womb of these holy caves!

流れは永遠に流れています、

流れは永遠に流れています、
誰が悲しんでいるのを待っている。
夜が過ぎると月が昇ります、
輝く星は水中には見えません。

彫刻は考えています、
月は池のどこで消えたのですか？
金星は空に浮かびます。
夜明けに仏が早く起きるのを見るために、
黙って賛美歌を唱えます。

この毎日の縁起の良い儀式を見て、
彫刻はそれが永遠に
アジャンタの洞窟に
住んでいるべきだと考えています。

तुझ्या ध्यानस्थाशी

या सुन्या सुन्या कोपऱ्यात
अंधाराच्या गाभाऱ्यात
डोळे मिटवूनी तूझ्या चिंतनाशी
अजिंठा राहिला ना शांत

चिव-चिवणारी ही रान पाखरे
बागडणारी फुलपाखरे
तुझ्या ध्यानस्थाशी
घरट्यात राहिली ना शांत

सळसळ वाऱ्यांची
फडफड पानांची
सावरून अंगाला
काळी नागीण डोहात
कशी राहिली ना शांत

For Your Meditation

At a lonely place like this,
In a dark sanctum
Ajintha is resting in peace
With you in penance.

The chirping birds,
The flying butterflies
Rested in their nests
With you in penance.

The whistling wind,
The wavering leaves,
The dark serpent in the lake
All rested in peace,
With you in penance.

あなたの瞑想のために

このような孤独な場所で、暗い聖域で
アジャンタは苦行であなたと安らかに休んでいます。

さえずりの鳥、飛んでいる蝶、
彼らの巣の中で休んで、あなたは苦行でいた。

笛を吹く風、
揺れる葉
湖での暗い蛇
みんな安心して休んだ、
あなたは苦行でいた。

पाषाणातल्या काळजातले अश्रू

वैशाखाच्या रणरणत्या उन्हात
अजिंठा किती शांत बुध्दा तुझ्यासारखा
पाषाणातल्या काळजातले अश्रू
त्या काळचा गाली सुकले आहेत

निष्पर्ण जीवनाच्या राहुट्या किती विदारक की,
क्षणात पाला पाचोळचात विखुरलेल्या
ह्याच क्षणभंगुर जीवनाची पानगळ,
दु:खाच्या पानगळीला, सुखाची पालवी फुटू न देणारी

म्हणूच की काय? ती झाड दु:खाचा शोध घेत
जणू आयुष्याची पानगळ करून पेटत्या वणव्यासारखी
तुझ्या तपोसाधनेत तल्लीन झाली आहे.

The Tears of a Rock

The Ajintha is very calm like you, Buddha
In the scorching heat of Vaishakh. (Name of a month which is very hot)
The tears of the rock have dried
On the rock itself.

The shacks of dried up lives are so
Miserable that they have scattered like a leaf-drops,
The leaf
drops of this momentary life,
Is such that the leaf-drops of sorrow
Does not get the chance of regrowing green leaves.

It appears that the trees, in search of sorrow,
Are mixed with you in penance, making the leaf-drop of
Life, like a jungle fire.

岩の涙

仏様、アジャンタはあなたのようにとても静かです、

ワイシャク（とても暑い月の名前）の灼熱の暑さの中で、

岩の涙は岩自体の上で乾いています。

枯渇した生活の小屋はそうです

彼らが葉っぱのように散らばっていたのは悲惨

この一瞬の生活の葉が落ちます、

そのような悲しみの葉っぱは

緑の葉を再生する機会がありません。

悲しみを求めて、木々は苦行であなたと混ざり、

ジャングルの炎のように命の葉を落としているように見えます。

मध्यमची मार्ग ज्ञानाचिया

काये करूनी आत्मक्लेशी
प्राण जवळी अंत प्राणाशी
जैसे धनुर्धर तानिये धनुष्याशी
तैसेची साधनेचा मार्ग हा

ऐसे एक वेळी निरंजना जळी
पवित्रची जले स्नानशिये
कुठे धीर शरीरा, आलीया भोवळ
वाहे हा देह पाण्यातुजी

तटी धावती जन वाचूनी बुध्दा
नव्हे हा मार्ग तपाचिया
इथे सारे बदलोनी मार्ग
मध्यमची मार्ग ज्ञानाचिया

ध्येयाशी एकरूप व्हावा हा जीव
नसावे शरीरी लोभ तो
म्हणूनशी थोडी चाखुनिया खीर
सुजाता पुरवे नित्येनेम

Middle Path of Knowledge

Some people are giving pains to
their body
And even some are on the verge
of dying
The path of knowledge is like an
arrow on a bow.

Some people are taking bath in
holy river
But as Budhdha was very
weak,and unable to swim, he was
drowning
In the water but people save him.

Reading the scriptures of Buddha
Meditation is the middle path,
Some people are following the
path of penance.
But let me tell you, change your
path,
The middle path is the path of
knowledge.

Just have an ambition of getting
knowledge
Leave all the things which are
demanded by the body,
Read the meaning of scriptures
and enjoy the fruits
Of knowledge.(Sujata gave
Buddha kheer during his
penance)

知識の中間の道

一部の人々は自分の体に痛みを与えています
そしていくつかさえ死にかけている
知識の道は弓の矢のようなものです。

何人かの人々は聖なる川で入浴しています
しかし、仏様は非常に弱く、泳ぐことができなかったので、
彼は水に溺れていましたが、人々は彼を救いました。
仏の聖典を読む

瞑想は中間の道です、
何人かの人々は苦行の道をたどっています。
しかし、私にあなたに言わせて、あなたの道を変えなさい、
真ん中の道は知識の道です。

知識を得るという野心があるだけ
体に要求されるものはすべて残してください。
聖文の意味を読み、知識の成果を楽しんでください。
スジャータは仏様の苦行の間にキール（お粥）を与えました。

दिला जगाशी प्राण

इतकी सैल नको सोडू मानवा
तार विण्याची प्राण
होईल दाणा-दाण
मंजुळ स्वरांचे गाण
इतकी नको ताणू तार तू
तुटेल प्राणाची धार
त्या विण्याची होऊन नाव
दिशाहीन लाटांची न जाण
कुण्या नगरीये कोकीळ त्या
मधुर कंठाशी गान
बुध्द कानी पडती स्वरांचे
शब्द काळजाशी तहान
अन्न त्यागुनी होईल
तुजला शरीराशी त्राण
सिध्द योगास पाहिजे
नित्य नेमाशी आहार
येथे बदलती वाट तपाची
सोडूनी हट्टाशी नांद
मध्यमची मार्ग निवडोणी
दिला जगाशी प्राण

Buddha Gave His Life To World

Oh man, do not keep the string if
Veena so lose
That you will not take out any
sound from it,
Also, do not make the string so
tight
That it will break the string of
the Veena.

The veena does not have its own
voice,
The way you touch the string,
the sound
Will come out likewise. Like a log
of the Sitar, it will
Flow in the water directionless .

If you want to become Buddha,
You will have to be atone with
Buddha.
You will have to observe penance
and
The rules of siddha yoga.

You need not follow the strict
path of penance
Instead choose the middle path,
Do not indulge in worldly things
Do not observe the Hathyoga.

仏は彼の人生を世界に与えました

ああ男、ビーナはとても失う場合は文字列を保持しないでください
そこから音を出さないように
また、ひもをそれほどきつくしないでください
それはビーナの弦を破ることになる。
自分の声はありません
あなたが弦を触る方法は、音が同様に出てくるでしょう。
シタールの丸太のように、それは水の中を無方向に流れます。

仏になりたいのなら、あなたは仏と共に贖わなければならないでしょう。
あなたは悔しさとシッダヨガの規則を守らなければなりません。

あなたは厳しい苦行の道をたどる必要はありません
代わりに中央のパスを選択してください。
世俗的なことに夢中にしないでください
ハタヨガを守らないでください。

अनमोल या तत्त्वाला(लेणी)

रूप सावळे मनास आवळे
कसे आलिंगन द्यावे तुजला
जो तो येतो कुशीत घेतो
मी वाटतो परका तुजला
भुरळ पडोनी कसे तयाला
प्रश्न पडतो ज्याला त्याला
पिढ्यान पिढ्या जपले रूप तू
कुठे न दर्पण अजून उतारवयाला
बुद्ध ज्ञानाचा वसा लाभोनी
या सावळ्या तुझ्या रूपाला
पिढ्यान पिढ्या रूजवावे
अनमोल या तत्त्वाला

To invaluable Principle (Caves)

I like your beauty,
Do not know how to hug you,
Everybody hugs you,
But you treat me as outsider.
Everybody is thinking
How he is attracted to you.
You are still in your youth
Though you have never
Seen the mirror,
You are blessed with the
Knowledge of Buddha,
This principle should be
Kept alive for ages..

त्याग

ऐश्वर्याने नटलेली नगरी कुणाला नकोय?
सुवर्ण रत्नजडित सिंहासन कुणाला नकोय?
हिऱ्या, मोत्यांनी सजलेला मुकुट कुणाला नकोय?
चांदीच्या ताटातील पंचपक्वान्ने कुणाला नकोय?
राजासा वाकून मुजरा करणारी प्रजा कुणाला नकोय?
जगाच्या इतिहासात ज्याला या गोष्टीची आसक्ती
कधीच न वाटावी तो एकच अनासक्त बुध्द मी पाहिला

Forego

Who does not want a rich town?
Who does not want a golden sinhasan?
Who does not want a crown studded with diamonds?
Who does not want a plate with a variety of food?
Who does not want an obedient subject around him?
I have seen the only Buddha, in the history of this mankind,
who never felt the need for any of these things.

犠牲

誰が精巧な都市を望んでいませんか?
誰が金の玉座を望んでいない?
誰がダイヤモンドと真珠で飾られた王冠を望んでいませんか?
誰が銀の皿でおいしい食事をしたくありませんか?
誰が王にお辞儀をする人々望んでいませんか?
全世界の歴史の中で、私はこのようなものには
決して取り付けられなかった無関心仏を一人だけ見ました。

विव्हळ झालेल्या मनाला

राजमुकुट टाकुनी
राजवैभव सोडूनी
सर्वस्वी त्यागुनी
बुध्द झालास तू

मायेचे ममत्व
अर्धांगिनीचे सत्त्व
मुलांचा दु:ख आवेग
विरहाचा कल्पेश त्यागुनी
बुध्द झालास तू

मृत्यूच्या भयाने
विव्हळ झालेल्या मनाला
जगाला सत्य सांगणारा
बुध्द झालास तू

To The Hurt Mind

You have become Buddha
Leaving all the princely riches,
And all the worldly things.

You have become Buddha,
Leaving your mother,
Leaving your wife,
Leaving your son,
Leaving all the worldly ties.

You have become Buddha
To tell the world, who
Is afraid of death,the final truth.

傷ついた心に

あなたは王冠を離れました
王族の素晴らしさを残して
すべてを犠牲に
あなたは仏様になりました。

母の愛情を残して、
配偶者の本質,
子らの悲しい衝動,
放棄による犠牲
あなたは仏様になりました。

死の恐怖によって、
傷ついた心に、
世界に叫んで
あなたは仏様になりました。

देहाचे चंदन

तुझिया ध्यानी मारांचा आक्रोश
देई भूमी साक्षा, संबोधीची

तुझिया लोचनी, दिव्य पाहूनी
प्रकाशले जग, सत्य शोधूनी

तुझिया वाणीचे, शब्द स्मरूनी
अंतरात पाझरावे, गंध ओठांतूनी

अष्टांगांची वाट, देऊनी सकळा
तोची बुध्द भगवान मी देखिला

तुझिया देहाचे करूनी चंदन
उभारिले स्तूप, वंदावया

Body Like Sandal Wood

Your penance is filled with
Painful cries of injuries
This world is witness
To the knowledge acquired by
Buddha

Looking at the light
In your eyes,
This world has been lightened
Seeing the truth.

After listening to
Your words,
Knowledge is setting
In.

I have seen that
Buddha who has shown
Everybody should follow the
Ashtang in his life
for knowledge.

Making sandal wood
Out of your body
The stoop has been
Erected for all to see.

サンダルウッドのような体

あなたの苦情はいっぱいです

痛みを伴う怪我の叫び

この世界は証人です

ブッダが習得した知識へ

光を見て

あなたの目で、

この世界は真実を見て明るくなっています。

あなたの言葉を聞いた後、

知識が設定されています。

私はそれを見ました

示している仏

あらゆる体は知識のために彼の人生の中で

アシュタングに従うべきです。

あなたの体からサンダルウッドを作る

仏塔はみんなが見るために建てられました。

शाक्य मुनी

जग लेण्यांना आश्चर्याने बघत
आश्चर्यानं विचार करते

मग या आश्चर्यासाठीच ना?
बुध्दापासून या सृष्टीने काय हिरावले अन्
काय नाही त्यागलेय?
महामायेच्या ममत्वाला पारखे होऊन
गौतमीच्या लडिवाळामध्ये वाढला
शाक्य नगरीचा राजकुमार
यशोधरेचा अधिपती
बाळ राहुलचा पिता
डोळ्यांत ठेवून आसू सर्वांच्या तो त्यागी
बुध्द झाला

Sage Shakya

The world is looking with
surprise
At the sculptures and started
thinking.

It is for this very surprise, only,
The world has snatched
everything from Buddha
And what he has not
surrendered?
He was bereft of the love of his
mother
Who showered him with love
And the king of Shakya nagari
(Kingdom)
And husband of Yashodhara
Father of son Rahul,
Became Buddha leaving tears in
everybody's eyes.

セージ・シャキア

世界は驚いて見ています

彫刻でそして考え始めました。

この驚きのためだけです、

世界は仏からすべてを奪った

そして彼が降伏していないのは何ですか？

彼は母親の愛を奪われた

誰が彼に愛を注いだ

そして、シャキアナガリ王国の王子

そしてヤショダラの夫

息子ラフルの父、

誰もが目に涙を残すように、仏様になりました。

मनाची-महानता

गर्द पालवी, उन्हात झाकती
राघू कोवळे, पोपट रंगाची
पाहून हर्षती, बुध्द मनाशी
वाटे विसावा, घ्या वृक्षाशी

टाकुनी अंग, क्षणभराशी
राघू कोवळे, शांतची राहती
उनाड पोरे, दगडच हाती
राघू पाहूनी उडून जाती.

तुम्ही मारती दगड वृक्षास
तो देई फळ तुम्हास
मज लागे दगड देहास
मी दिले भय तुम्हास

आज घडे मानवा
तैशीची प्रसंग
मारती पोरे
भिजोनी रक्तात

Greatness of Mind

The large tree is a Home to many
Birds, parrots in the Scorching
heat,
Buddha thought Let me rest here
for a while.

He lay there in the shed of the
tree,
While the birds and parrots in
the tree remained silent
Some errand boys started pelting
stones at
The birds, and the birds flew
from the tree.

Buddha said to the boys, you are
throwing
Stone at the tree, which is giving
you fruits,
Though I am hit with your
stones, I will not
Do any harm to you.

Oh man, today these things are

happening.
The kids are being killed in cold
blood.

心の偉大さ

大きな木は多くの人にとってのホームです。

鳥、灼熱のオウム、

仏陀はここでしばらく休ませてください。

彼は木の小屋の中にそこに横たわった、

木の中の鳥やオウムは沈黙したまま

何人かの使い男の子がで石をペルトし始めました

鳥と鳥が木から飛んだ。

仏は男の子に言った、あなたは投げています

あなたの実を与えている木の石、

私はあなたの石で打たれていますが

あなたに危害を加えないでください。

おお、今日これらのことは起こっている。

子供たちは冷たい血で殺されています。

पुत्र-वियोग

सैरभैर झाली, टाहो फोडूनी माय
बाळ रडे बा दुधाशी, आज रडते माय

बुध्दांशी घेऊनिया, प्रीत काळजाची
प्रेताशी घाला प्राण, आर्त याचनांची

दयेच्या सागरी, नाही शब्द कोठे
मृत्यू नव्हे ते घर, चिमूट मोहरी मिळेल कोठे?

गावभर सारा, दार अन् दार पिंजला
मृत्यू नव्हे दाराशी, उंबरा नव्हे दिसला

स्वप्नांचा खेळ, जड झाला यातनांनी
शेवटची आस, बुध्द उपदेशांनी

जन्म आहे ज्याचा, त्याचा मृत्यूही होईल
नश्वर या देहाचा, शोक व्यर्थही जाईल

Death of a Son

Mother was crying madly .
Generally a child cries after milk,
But here a mother was crying .

Mother put the child at the feet of Buddha
And requested him to make him alive
Buddha was speechless for a moment,
But he did not say No to her.
He asked her to
Bring a small pinch of sandal seed,
From the house, where nobody has died.
But at last he said show me a house
Where nobody has died.
He said, I have visited all the houses
In your village, but I have not seen a
House,where death has not visited.

Buddha advised, He who is born is bound to die
And there is no point in crying about this
perishable life.

息子の死

母は怒って泣いていました。
一般的に子供は牛乳の後に泣きます、
しかし、ここで母親は泣いていました。

母は子供を仏の足元に置いた
そして彼に彼を生きさせるように要求した
仏はしばらくの間無言だった、
しかし彼は彼女にいいえとは言わなかった。

彼は彼女にサンダルの種を少しずつ持ってくるように頼みました、
誰も死んでいない家から。
しかしついに彼は私に誰も死ななかった家を見せると言った。
彼は言った、「私はあなたの村のすべての家を訪問しましたが、
死が訪れていない家は見たことがありません」。

仏は助言しました、生まれた人は死ぬことになっています
そして、この腐りやすい人生について泣いても意味がありません。

अंगुली ते अहिंसक

दुर्जनांच्या गळा
अंगुलीच्या माळा
सज्जनांचा काळ
अंगुली असे

भयभीत सारी
बायका-पोरे
उजाड घरे
रानोमाळ

भिक्षेशी बुध्द
गेले एक वेळा
पाहूनिया स्तब्ध
हाताशिया

न पडे जिवा
बुध्दाशी चैन
हिंसेचा सूर
शोधावया

बुध्दाशी सारे
करिती याचना
नका जीव मुकू
प्राणास

मृत्यूचे मजला
भयच नाही
का भय असावे
अंगुलीचे

From Anguli to Peaceful

Anguli , wearing the
Garlands of fingers (Angulimal)
Was a foe of good people.

All men, women and
Children alike,
Were afraid of him,
All the houses
Had become deserts.

Once Buddha went
For bhiksha to
The village but
Was very sad looking
At the despaired people.

Buddha then decided to
Search Anguli.

All the people tried
To stop him giving
Him fear of death.

Buddha said when I
Am not afraid of
Death, why should I
Be afraid of Anguli.

When Buddha was
Going through the jungle
From behind called
Anguli.

घनदाट रानी
चालली वाट
बुध्दास मारी हाक
अंगुली माघे

थांबुनी संन्याशा
करिता प्रश्न
मृत्यूचे तुजशी
नसे का भय

मी थांबलोसे
अहिंसक
तू थांबणार
केंव्हाशिक

बुध्दाशी ऐकूनी
अहिंसेचे ज्ञान
झालासे अंगुली
अहिंसक

Anguli asked Buddha
Are you not
Afraid of Death?

Buddha replied I am
Ahinsak and waiting
Here, But when are
You going to stop ?

When he listened to
Buddha, Anguli had
A change of heart,
And be became
Ahinsak.

指から平和へ

指は、身に着けている
指の花輪
善人の敵だった。

すべての男性、女性、そして
子供たちも彼を恐れていた、
すべての家は砂漠になった。

仏が一度行った
施しには
村だけど
とても悲しかった
絶望的な人々に。

仏はそれからに決めた
指を検索します。

みんな試してみた
彼が与えるのをやめる
彼は死を恐れている。
私様はいつ仏が言った
怖くない
死、なぜ私は
指を恐れてください。

仏がいたとき
ジャングルを通って行く
後ろから呼ばれる指。

指は仏を尋ねた
あなたは違いますか
死を恐れますか？

仏は私がいると答えた
非暴力的と待っている
ここで、しかしいつ
あなたはやめるつもりですか？

彼が聞いたとき
仏、指が持っていた
心の変化、
そしてなる
非暴力的。

नसावे दान हिऱ्या-मोत्यांचे

पुत्र राहुल येशो अंगणी (येशो-यशोधरा)
भिक्षा देई बुध्दा वंदोनी
राजगृहे लोभ टाकोनी
मायेचा बाजार सोडूनी
पाहा चालली वाट तयाची
भिक्षू झोळी देहावरची

उच्च-नीच कसलान उंबरा
गणिका घेऊनी दान महिमा
दानास नसे देण्या पामरा
अमृतास पाजून पाहना

नसावे दान हिऱ्या-मोत्यांचे
हंस चोचे जलिय होय का मोत्यांचे
स्पर्श नसावा, मोहही त्याचा
उष्टेची फळे घेती, निर्धन माते दानाचे

Daan Should Not be of Gold and Diamond

Son Rahul comes to the door of
Yashodhara (Wife of Buddha),
And gives bhiksha to Buddha ,
He who has left all his riches
And the strings of love behind,
He is following his own path,
With his jholi of bhiksha.
He does not see who is rich or poor
He also goes to the house of
A dancer for begging,
She did not have anything to give
But she got amrut just by looking at him

Daan should not be of gold and diamond
The swan has pearl water in his beak,
The Daan should not be with any ties,
Even the fruits from a poor woman
Is greater than any daan.

賽銭は金やダイヤモンドであってはなりません

仏様の息子ラーフルがヤショだラ（仏様の妻）の扉にやって来ま、

そして仏に施しを渡します、

すべての富を捨ててしまった彼

そして背後にある愛の弦

彼は自分の道を進んでいます、

施しの彼の袋を使って。

彼は誰が金持ちか貧乏かを見ません。

彼はまた懇願するためにダンサーの家に行きます、

彼女は何も与えるものがありませんでした

しかし、彼女は彼を見ただけでアムリト（アンブロシア）になりました

陶酔は金とダイヤモンドであってはなりません

白鳥は彼のくちばしに真珠の水を持っています、

婚姻はいかなる絆とあってはなりません、

かわいそうな女性からの果物でさえも、

いかなる領.地よりも大きいのです。

बुध्दास जावोनी शरण (आम्रपाली)

कळीत दाटे गंध यौवनी
जो तो भ्रमर सखा होऊनी
यौवनाची ती राखून लाज
कसे उमलावे फुलण्याआधी

आयुष्याचा मांडुनी डाव
भोगास सजले मग भोगीशी किती
क्रूर काळाने केलीच थट्टा
नगर वधूवर झाले वार किती

उध्दार होऊनी काळ येथला
आम्रपालीचा देहच इटला
धम्म भिक्षूंच्या सहवासाने
आम्रपालीचा जीव आटला

ढळले न धम्म भिक्षूचे आचरण
वेश्या महली चातुर्मास राहून
तैशीची जाऊन बुध्दापाशी
मी वेश्या बनेन का भिक्षून

बुध्दास जाऊनी शरण
धन करोनी संघास दान
पाप मुक्ती मार्ग उमगून

Surrendering to Buddha (Amrapali)

The youth(Girl) is at its peak like
a budding flower,
And everybody takes round like
a bee,
But the girl has to save her
modesty,
And cannot let anybody to touch
her.

Lot of youths bet with their lives
For taking a chance of enjoying
her youth,
Times has played its role, and
many
A youth became her regular
visitor.
She was made bride of the
kingdom, so that anybody can
Go to her for enjoying her youth.

Amrapali had no life left
Because of her routine ,
But with the coming of Dhamma
Bhikhu
Her life took a different turn.

The bhikhu stayed in the palace
Of Amrapali for four months,
But the bhikhu did not lose his
celibacy,
Hence Amrapali surrendered to
Bhikhu

And asked I am a prostitute, but
can
I become a Bhikhu like you.

Amrapali surrendered to Buddha
And donated all her wealth to the
needy
And became bhikhu following
the path of
Nirvana.

仏に降伏する（アムラパリ）

若者 (女の子) は、出芽の花のようにそのピークにあり、
誰もが蜂のように丸くなりますが、
女の子は彼女の謙虚さを保存する必要があ、
誰にも触れさせることはできない

多くの若者が命を賭けて賭ける
彼女の青春を楽しむチャンスを取るために、
時代はその役割を果たし、多くの若者が彼女の常連客になった。
彼女は王国の花嫁にされたので、
誰もが彼女の若さを楽しむために彼女に行くことができます。
アムラパリは彼女の日課のために何の命も残っていなかった、
しかしダッマモンクの到来とともに
彼女の人生は違う方向を向いた。

モンクは4ヶ月間アムラパリの宮殿にとどまりました、
しかしモンクは彼の独創性を失うことはありませんでした、
それ故にアムラパリはモンクに降伏した
そして、私は売春婦であると尋ねました、
しかしそうすることができます
私はあなたのようなモンクーになります。

アムラパリは仏に降伏した
そして彼女の富の全てを貧しい人々に寄付しました
そしてニルヴァーナの道をたどってモンクになりました。

बुध्द सांगतो जगाशी

मानवाने घडवून क्रांती
रक्तात बरबटलेला इतिहास नको
चाळून पाहता पाने कधी ती
डोळ्यांमध्ये मग आसू नको

दुःख ओढून लावे जिवाला
मनात हुरहूर कसलीच नको
आठवणींची सारे जाळून पाने
कसलीच राख शिल्लक नको

अल्प काळाचा तू प्रवासी
इथले वैर कुणा-कुणाशी
भोगती माघे पिढ्यान पिढ्या
तुझ्या वैराच्या रूजलेल्या मुळांशी

बुध्द सांगतो या जगाशी
वैरा-वैराला नसावे उत्तर
विनाशाची घडवून क्रांती

Buddha Tells This World

We do not want revolution
Which is smeared with blood,
As we should not be ashamed to
Ourselves, reading about it at a
later date.

We do not want the misery in the
mind,
Nor fear of any unseen,
We do not want the memories of
The brutal past.

You are traveller of a moment
And do not know who is enemy
of whom
Your root itself if filled with
Enmity of centuries together.

Buddha has advised this world,
Enmity is no answer to enmity
As it will end into destruction of
this world.

पाषाणही रडले पाहून

लेण्यांत बुध्द कुणासाठी घेतो श्वास
नाही गुंतले मागे त्यागले सारे श्वास
कशास करतो निरंतर ध्यान
रात्र न दिवस कशाची तहान
डोळ्यांचे बंध पापन
आत उलगडले प्राण
पाझरले अंतरातून
पाषाणांतून ज्ञान
अहिंसेचे भरले कळस
वाटून दिले हवे त्यास
जग कल्याणाचा घेऊन ध्यास
अहिंसेचे भरवले प्रत्येकास घास
पाषाण ही रडले पाहून
बुध्द जिवाचे झाले किती हाल

Even the Rocks Cried

Do not know for whom the
Buddha is still breathing
As he is not involved in anything,
Do not know why he is still doing
the penance,
Without any feeling of hunger or
thirst,
His eyes are closed, but the
knowledge comes
Out of his sculpture and spreads
everywhere.
The crown is filled with ahinsa.
He has shared his knowledge
with everybody
And advised everybody the
importance of non-violence
For the welfare of the world.
Looking at the pains suffered by
Buddha
Even the rocks cried.

岩さえ泣いた。

まだ誰が仏陀が呼吸しているのかわからない
彼は何にも関わっていないので、
なぜ彼がまだ悔い改めているのかわからない、
飢えや渇きを感じることなく、
彼の目は閉じていますが、知識は来ます
彼の彫刻から、そしていたるところに広がっています。
王冠は非暴力でいっぱいです。
彼はあらゆる体と知識を共有しています
そして、全世界に福祉のための非暴力の重要性を伝えました。
仏様によって苦しめられる苦痛を見て岩さえ泣いた。

अन्यायाशी न्याय देऊ

एक बुध्द एक जग
एक युध्द शांतीचे
लढू चला अहिंसेने
शस्त्र नको हिंसेचे

घाव नको, रक्त नको
शब्द हवेत प्रेमाचे
लहानग्या ओठांचे
आधार बनू मायेचे

निर्दय फास गळा
अन्यायाशी न्याय देऊ
चला उठा सारे आता
बुध्दाला शरण जाऊ!
धम्माला शरण जाऊ!
संघाला शरण जाऊ!

Justice to Injustice

One Buddha One world,
One war for peace,
Let us fight with Ahinsa (Non-violence)
Throwing away the
Sword of Hinsa. (Violence)

We do not want injury,
Nor blood,
We want words of love
From tiny lips
Shall be support
For the poor.

With our necks in nooks
Let us give justice to
The unjustice.
Let us all come together
And surrender to Buddha
Surrender to Dhamma
Surrender to Sangha

不正義への正義

一仏一世界、
平和のための一つの戦争
アヒンサ (非暴力) と戦おう
ヒンサ (暴力) の剣を捨てる。

私たちは、怪我や血を望んでいない、
小さな唇から愛の言葉がほしい、
貧乏人のために支えましょう。

私たちの首を隅に置いて、
不正義に正義を与えましょう。
みんな一緒にしましょう
そして仏に降伏する
ダンマに降伏する
サンガに降伏する。

जगणं

क्रुरतेच्या कळपात
जिवाची शिकार ठरलेलीच

हिंसा काय अन् अहिंसा
या बंधनातून मुक्त असलेली
क्षितिजाला सूर्य शिवला काय
उजेडाची वाट पाहत अंधार ठरलेलाचं

मी मानव म्हणून जन्मास आलो
माणसांचे कळप ठरलेलेच

गिधाडांच्या झुंडीत
हल्ली माणसांचे कळप शिरले
ती गिधाडे मानवा
तुलाच फाडून खातील हेही ठरलेलच

The Living

In the hoards of cruelty
The death of a creature is certain

Violence or non-violence
free from all these,
Though the sun is rising
But before that the darkness is
certain

I am born as a human being
But the groups of men are
certain

Nowadays the groups of men
Have entered the groups of
vultures
But be careful Oh man,
the vultures will tear you apart,
which is certain.

くらし

残虐行為の場で
クリーチャーの死は確実です

暴力または非暴力
これらすべてから解放され、
太陽が昇っているのに
しかしその前に暗闇は確かです

私は人間として生まれていますが、
男性のグループは、今日、男性のグループを確信しています
ハゲタカのグループに入っています。
しかし、注意してくださいああ男
ハゲタカはあなたをバラバラにするでしょう、それは確かです。

तुझ्यातला 'मी' काढून टाक

मानवा या जगाचा निर्माता आपल्यातला एकही कुठे
मग या अबोल सृष्टीच्या विनाशाचे स्वप्न साकारणारे आम्ही कोण?
ज्या सत्यावर आधारली
त्या सत्यावर तिला सोडून दे
तिला तू उभं केलं नाहीस
तुला तिने उभे राहायला शिकवलं

तुझी केवळ सामर्थ्याच्या बळावर युध्दाची भाषा
पण मानवा तुला जन्माला घालणारी
ही सृष्टी आज तुझ्यामुळे उद्विग्न आहे
तुला भावना दिल्या कुणाचे दु:ख जाणण्यासाठी
दु:ख जाणण्याची भाषा नव्हेच पण दु:ख देण्याची

हे मानवा बुध्दासारखा शांत राहून
क्षणभर का होईना विचारमग्न होऊन
स्वत:एक प्रश्न विचार सामर्थ्यशाली कोण?
लष्कराच्या सामर्थ्यावरती तू म्हणणार मीच
तुझ्यातला 'मी' काढून टाक

तिच्या गर्भातील विनाशाच्या शस्त्रांना
राखेचे लोळ उठायला क्षण कमी पडावा
तरी ऐवढे दु:ख पचवून
हे जग संपवून टाकावे असे वाटत नाही ना तिला!

Take out "I" From Yourself

Listen Oh man, the creator of this world
Is none of us. Then who has given us
The right to destroy this silent nature ?
Please leave it to the Truth,
On which it is based,
You have not created her,
She has created you.

You only talk of war on the basis of your strength
But the nature who has created you is
Very unhappy with you,
You have been given the feelings, to feel
The pain of others, but you are using
Your feelings for feeling the pains given by you to them,
Hey Man, just for a second, stand still like Buddha,
And ask yourself a question, Who is strong?
Based on your army, you will answer that I am only strongest. But first of all, take out that "I" from yourself.
The earth is having the most destructive energy inside her, which

Will take less than a second to
destroy this earth,
But not for a moment, she
thought of destroying this earth.

自分から「私」を取り出す

この世界の創造者、ああ男に聞いて

私たちは誰もいません。それから誰が私たちを与えてくれました

この静かな性質を破壊する権利はありますか？

真実に任せてください、

それが基づいている、

あなたは彼女を作成していません、

彼女はあなたを創った。

あなたの強さに基づいて戦争の話をするだけ

しかし、あなたを創造した自然は

あなたにとって非常に不幸な、あなたは感情を与えられている、感じること

他の人の痛み, しかし、あなたは彼らにあなたが与えた痛みを感じるためにあなたの気持ちを使用しています,

ちょっと男、ちょうど第二のために、まだ仏のように立って、あなた自身に質問をしてください、誰が強いですか?

あなたの軍隊に基づいて、あなたは私が唯一のことを答えます

最強。でもまずは自分から「私」を取り出してください。

地球は、彼女の中で最も破壊的なエネルギーを持っています, これは、この地球を破壊するために1秒未満かかります, しかし、一瞬のために, 彼女は、この地球を破壊することを考えました.

संघर्ष

मानवा तुझा लढण्यासाठीच जन्म
नसता इवल्या मुंगीला पाय कशासाठी?
चिमुकल्या घरट्यात पिलांना पंख
कशासाठी?
हाच तर तुझा संघर्ष अन्
संघर्षाशिवाय जीवनच कुठे?
लढाई जिंकण्यासाठीच करावी लागते
हरण्यासाठी कधीच नाही
तुझ्यासारखा सामर्थ्यवान
जगात दुसरा कुणीही असूच शकत नाही
पण तुझ्या या लढाईत अहिंसेचे पुजारी अन्
हिंसेचे किती
तु राजा आहेस, तुझ्या राजाज्ञेत सर्वस्व
संपणार
संपण्याच्या अगोदर बुध्दासारखा शांत राहा
तुला दिसेल की, तुझ्यासमोर अहिंसेचे अन्
निष्पापांचे बळी किती जातील?
अस्ताव्यस्त विखुरलेल्या जीवनांच्या राहुट्या
नाहीना उजाडणार...... हे मानवा

War

Oh man, your life is for fighting
war
Otherwise why the ants should
have legs?
And the birds in the nest should
have wings?

This is your war and where is life
without war?
The war is fought to be won and
not to lose.
There is nobody in this world,
stronger than you.

But in this war, how many are
followers of ahinsa and how
many of hinsa.
You are the king, your word will
decide the end.

Be a Buddha before the end
You will yourself see, the victims
of hinsa (violence) or ahinsa
(non-violence).
But oh man, ensure you will not
destroy the
The hutments of humanity in
your war.

戦争

おお、あなたの人生は戦争と戦うためのものです

そうでなければなぜ蟻は足を持つべきですか？

そして巣の中の鳥は羽を持つべきですか？

これはあなたの戦争であり、戦争のない生活はどこにありますか？

戦争は勝つために敗北するために戦っています。

この世界には、あなたより強い人は誰もいません。

しかし、この戦争では、何人がヒムサの信者であり、何人のヒンサがいますか。

あなたは王です、あなたの言葉が終わりを決定します。

終わりの前に仏陀になろうあなたは自分自身、

ヒンサ（暴力）またはアヒンサ（非暴力）の犠牲者を見るでしょう。

しかし、おお、あなたがあなたの戦争で人類の小屋を破壊しないことを確実にしなさい。

तुझ्या एका सूडासाठी

तुझ्या सामर्थ्यासाठी युध्द करायचं
त्यासाठी जगाचा विनाश झाला तरी
त्या भयाने तुझे हात थरथरतात कोठे?
तुझे मन वेदनेने विव्हळते कुठे?
डोळ्यांत आसवांचे थेंब ओघळतात कोठे?
कारण ह्दययाला पाषाण म्हणावे
तर पाषाणाला पाझर फुटतात
मग लोहाराच्या ऐरणीसारखं
कठोर मन घेऊन तू हिंडतो आहे
हे मानवा का तुला या जगाशी एवढे वैर
कुणाच्या सूडासाठी तू कधी निष्पापांचा
विचार केला का?
तुझ्या एका सूडासाठी
किती जिवांच्या आयुष्यांची संध्याकाळ
तर कुण्या जिवाची पहाट गर्भातच मावळते
हे मानवा तू बुध्दांच्या तत्त्वज्ञानाचा स्वीकार
कर

Only For Your Revenge

You fight war for your strength
For that you do not care if the
world perishes,
Because your hands do not shake
because of its fright
Your mind is not hurt, your eyes
are not filled with tears
Is your heart made of rock,
looking at the tears in eyes ,
Even the rocks get tears, but are
carrying a heart which
Is like a iron. Oh man, why are
you so much against this world
While taking revenge, have you
ever thought of the poor people ,
Just for your revenge, you have
destroyed lives of many
While for some the life did not
start at all.
Oh man, think again and accept
the philosophy of Buddha.

Auti

あなたの復讐のためだけに

あなたはあなたの力のために戦争を戦う

それはあなたが世界が滅びるかどうか気にしない、

あなたの手はその恐怖のために揺れませんので

あなたの心は傷ついていません、あなたの目は涙で満たされていません

目の涙を見て、あなたの心は岩でできています、

岩でさえ涙が出ますが、鉄のような心を持っています。

おお、どうしてそんなにこの世界に反対しているの？

復讐しながら、貧しい人々を考えたことはありますか。

あなたの復讐のためだけに、あなたは多くの人々の命を破壊しました

しばらくの間、人生はまったく始まらなかった。

おお、もう一度考えて、仏の哲学を受け入れなさい。

हिंसेच्या जगात

ती माणसं
बुध्दाच्या जीवनाचा एक अंश बनून
बुध्द मूर्ती घडवताना किती पिढ्या गेल्या
अन् आल्या तेव्हा अजिंठा साकारला
घडवणाऱ्यांनाही बुध्द त्या काळी कळला
जग आज बुध्द तत्त्वज्ञानापासून
दूर गेली म्हणून तर रोज घडते आहे

ओशाळलेल्या या जगात मृत्यूचे तांडव कुठे कमी आहे
याच माणसाचे हात रक्ताचे बरबटलेले कुठे कमी आहे
लेकरांचा गळा घोटताना श्वास कुणाचा रोखत नाही
पण मात्र रोखलेला श्वास पुन्हा श्वास घेत नाही

हिंसेने व्याकूळ झालेले मन पुन्हा पेटून उठते
अहिंसा दिसत नाही हिंसाच पुन्हा जन्म घेते

In the World of Violence

The people who carved the sculpture
Of Buddha became a part of life of Buddha.
Many generations came and went
And then this Ajintha was born.
The people who created Buddha knew Buddha .
Today the world has gone away from Buddha philosophy
And hence daily incidences of miseries are happening.
In this world, the dance of death is everywhere,
The hands of men are filled with blood everywhere,
People do not stop breath while killing infants
But the breath once stopped, does not take breath again.
The mind hungry of

violence gets fired up again
Violence after violence and no sign of Ahinsa.

暴力の世界で

彫刻を彫った人々
仏陀の仏像の一部となった。
何世代にも渡って行きました
そして、このアジンタは生まれました。
仏を造った人々は仏を知っていた。
今日、世界は仏教哲学から離れました
そしてそれ故に毎日の悲惨さが起こります。
この世界では、死の踊りはいたるところにあります、
男性の手はいたるところで血で満たされています、
幼児を殺している間人々は息を止めない
しかし、息が止まったら、再び息はしません。
暴力に悩まされている気持ちが再び高まる
暴力の後の暴力であり、非暴力の兆候はない。

गिधाडे ठाण मांडून बसलेली

निर्वासितांच्या वस्त्यांत
गिधाडे ठाण मांडून बसलेली
कोवळ्या जिवांचे लचके तोडण्यास
वाट पाहत
पाण्यावाचून, भुकेवाचून माना टाकतील
शिकार होऊन
जग म्हणणार नाही लचके का तोडले
म्हणून
आकाशाला गवसणी घालणारा दयेची भीक
मागेल
हिंसेच्या पुजाऱ्यांसमोर
केली असती मैत्री निष्पाप डोळ्यांकडे
पाहून
अन्नाचा प्रश्न जग सोडवील काय उपाशी
राहून
मानवाचा प्रश्न गिधाडांनी सोडवावा
इतकी अमानवीय गिधाडे
माणसांतीलच ना ?
मानवा, आमचा जन्मच हिंसेच्या कुळात
जर प्रश्न आम्ही सोडवला असता तर
निष्पापांना भीक घालायला लावणारे
आम्हीच कुरतडले असते जग कल्याणासाठी

Vultures Are Waiting

The vultures are waiting
Outside the colonies of displaced,
Ready to cut the piece out of
A poor victim.
The poor will die with thirst and
hunger
But nobody will ask why are
picking
From the dead. The life capable
of
Flying in the skies will beg for his
life
In front of the violent.
The world would have made
friends
Looking in the eyes of poor,
But will the world solve the
question of
Food by remaining empty
stomach?
The problems of poor should be
solved
By vultures, is the opinion of
vultures of mankind.
Oh man, we are the products of
violence clan,
Had we solved our own
problems,
We would have gnawed at the
world,
Because we are only responsible
for
The beggars.

ハゲタカが待っています。

ハゲタカは避難民の植民地の外で待っています、
貧しい犠牲者からその部分を切り取る準備ができている。
貧しい人々は渇きと飢えで死んでしまいますが、
なぜ死者の中から選ぶのか尋ねる人は誰もいません。
空を飛ぶことができる人生は彼の人生のために
暴力的なものの前で頼むでしょう。
世界は友達になっただろう
貧しい人々の目を見て
しかし世界はの問題を解決するでしょうか
残りの空腹時の食べ物は？
貧しい人々の問題は解決されるべきです
ハゲタカによって、人類のハゲタカの意見です。
おお、私達は暴力一族の産物です、
私達が私達自身の問題を解決していたら
我々が乞食に対して責任があるだけであるので、
私たちは世界をかじりました。
私たちは物乞いに対してだけ責任があるからです。

जगाची जननी मी

न जाने या देहावर, वार किती झाले
मरणानंतर या देहाचे, घाव ओले झाले

वात्सल्याची जननी मी, करूणेचा सागर मी
जगाची जननी मी, तयालाच माझे भार झाले

वासनेच्या गिधाडांसाठीच जन्म का? माय माझा
नको जन्मास घालू, जगणे तर आता व्यवहार झाले

न्यायाच्या मंदिरात, सत्याचे श्वास बंद झाले
किती घालावेत हार प्रतिमेला, फुलांचेच आज भार झाले

स्वप्नाची परी मी, काठीचा आधार मी
अंगणात रांगोळी दु:खाची, मी काढून गेले

वेशीवरती टांगून देतील, शेवटी सन्मान स्त्रीत्वाचा
पायदळीही तुडवतील, संसार मायेचा

नको ही अमानुषता, बुध्द वचनास जाग माणसा आता
अहिंसेची धरून कास, जगण्यात जगून घे नवे जन्म आता

मानवतेचे लपवून आरसे

जगणे, छळणे, मरणे जाळणे
का डोळ्यांचे बंद पापणे
ओरड करणे का कुणाची
त्या तिरडीची, फुलेच आमची

इथे जगावे दगडासारखे
मानवतेचे लपवून आरसे
दिसता गिळावे हिंसेचे
न उगळावे पुन्हा कधी

नियम इथले, जुनेच सगळे
जुनेच चेहरे, नवेच पोवळे
रोज घडते क्रांती येथे
फुले वाहता शांत आत्मे

आंधळा मी म्हणून पाहतो

बुध्दाशी शोधतो
चंद्र रात्रीचा
सांगण्या जगाची
दुःख व्यथा

स्वार्थाने हे जग
भरते पोट आता
खरा संन्यासी
उपाशीच

कुठे जातो माणूस
आज माणुसकीच्या वाटेने
वाट पुसट झाली
वाट पाहून वाटेने

जगाच्या जननीचे
आज झाले काय हाल
जीव लपोनी पाजे
पदराआड धार

आंधळा मी म्हणून पाहतो
वाट प्रकाशाची
कुणी वेचितो फुले
स्वप्नात रातराणीची

Vision of a Blind

I am searching Buddha in the moonlit night,
To tell him the miseries of the world .
The world is selfish and filling its own stomach
But the real Hermit remains empty stomach.
The man nowdays is not following the path of humanity
Even if you want to follow a path, it is not seen.
The condition of a woman nowadays not very good
She cannot freely give milk to her own child.
I am blind and in search of path of light
Will somebody show me the path of right.
I am ashamed how shall tell you the miseries of this world
As I am bothering you again and again.

कसे सांगू बुध्दा
हा जगाचा कल्लोळ
पुन्हा दु:ख देण्या
एक वेळा तुम्हा मी

盲目のビジョン

月夜に仏を探しています、

彼に世界の不幸を告げること。

世界は利己的で自分自身の胃を満たしている

しかし、本当の隠者は空腹のままです。

今日の男は人類の道を進んでいません

たとえあなたが道をたどっても、それは見られません。

女性の調子は最近あまり良くない

彼女は自分の子供に自由に牛乳を与えることはできません。

私は盲目で光の道を探しています

誰かが私に正しい道を教えてくれるでしょうか。

私はどのようにあなたにこの世の悲惨さを伝えなければならないのでしょうか

。

私は何度も何度もあなたを悩ませています

वस्त्रे फाटली माझी (वाघोरा नदी)

पाहा बसली स्नानास वस्त्रे काढून
भर दिवसा शोभतेय तिजला
मीही तिजला म्हणालो हे बर नव्हं
माणसांच्या गर्दीत उतावळेपणा

ती उत्तरली बुध्द ज्ञान सांगूनही
इथे माणसांचे मुडदे रोज जळतात
तेव्हा कुठे असते तुमची माणुसकी
तीही असते माणुसकीच्या वस्त्रांत
गुंडाळलेली

तिच्या डोळ्यांत अश्रू तरळले आणि म्हणाली
वस्त्रे फाटली माझा वैशाखाच्या या उन्हानं
वर्षा ऋतू भरतो ओटी हिरव्यागार खणानं

काय सांगू जगास आता वाट पाहत बसले
वस्त्र नाही अंगास म्हणून स्नानास बसले
गेला माणसांच्या गर्दीत डाग लागून
जगाला लाजत उजेडात धूत बसले

Torn Clothes (Waghora River)

See, she is sitting there with bare
body for taking bath
In broad day light I said to her,
people are watching,
This is not good.
She said, though Buddha gave
knowledge to all, still
Daily people are killed, where is
your humanity?
The humanity if at all there, it is
wearing clothes like all people.

She had tears in her eyes and she
said, my clothes are torn
In the blistering heat of summer,
only the rainy season, I can get
Some cover of green trees and
bushes.

How should I tell, I am waiting
my bare body to be covered
By trees and bushes,
I hope, seeing my bare body like
this, people will get
Repentance and will start
growing trees and bushes.

引き裂かれた服（ワゴラ川）

見て、彼女は風呂に入るために素体でそこに座っています
広い日の光の中で。私は彼女に言った、人々は見ています、
これは良くない。
彼女は、仏がすべての人に知識を与えたけれども、それでも言った、
毎日の人々は殺されます、あなたの人間性はどこにありますか？
人間性があるとすれば、それはすべての人々のような服を着ています。
彼女は彼女の目に涙があり、彼女は言った、
私の服は引き裂かれています夏の猛暑の中、雨季のみ、
私は緑の木々や茂みのいくつかのカバーを得ることができます。

どうすればいいですか、木や茂みに覆われるのを私の素体が待っています、
私の裸の体がこのように見えるのを見れば、人々はそうなるでしょう
悔い改めと木々や茂みの成長を開始します。

करुणेची शिकवण

जग कल्याणाची, मशाल हाती घेऊ
प्रज्ञा, शील,करुणेची, शिकवण मानवा देऊ

दऱ्यात सांडली रात, उजेड घेऊन जाऊ
बुध्द शांतीचा संदेश, एक सुरात गाऊ

रक्तात न्हाहली पहाट, मावळतीचा सूर्य ललाट
सागरात डुबून गेले किती, रक्तात पाहिले हात

अनजान गर्भाची कळी, खुडते रे हिंसेत
तरावया सृष्टीस, उपाय तोची रे अहिंसेत

युध्दात न कुणाचेही, बुध्दात सर्वांचे भले
अशोकास शोक विचारण्या, जन्म नाही न पुरे

सत्याला वाट द्यावी, असत्याला मोड देऊनी
सुखात नांदेल जग, दु:खाला सावरूनी

Teaching of Pity

Let us all take the torch of
World well being in our hands
And spread the teachings of
Knowledge,character and pity.
Let us leave the darkness
Behind and take light with us
And let us sing the song of
Buddha Shanti in one korus.
The sun rises and sets in the sea
of red colour
Many a hands have been seen
smeared with blood
The unknown life is nipped in
the bud in violence
But Ahinsa is the only way to
save the world .
Nobody has won anything by
war,
But everybody is benefitted by
Buddha
The life itself is not sufficient to
Seek knowledge from Ashoka.
Let the truth prevail, burying the
false,
The world will be better place
Forgetting the miseries.

哀れみの教え

私たち全員が、私たちの手の中にいることの幸福の世界の聖火を手に入れよう

そして知識、性格、そして残念の教えを広めなさい。

私たちは暗闇を背後に残して私たちと一緒に光を取りましょう

そして、皆一緒に仏様の平和歌を歌いましょう。

太陽が昇り赤い色の海に沈む

多くの手が血で汚れているのが見られました

未知の人生は暴力の芽に挟まれている

しかし、アヒムサは世界を救う唯一の方法です。

誰も戦争で勝ったことはない、

しかし、誰もが仏の恩恵を受けています

人生そのものでは不十分です。

アショカから知識を求めてください。

真実を勝ち取って、偽りを埋めなさい、

悲惨さを忘れて、世界はより良い場所になります。

सुन्या या कोपऱ्यातून

डोंगर कड्याआड
उदास सारे झाड
रडतो आहे आजही
बुध्दाचा हद्यो पहाड

जगी ओथंबून वाहे
बुध्दांची शांत वाणी
सुन्या या कोपऱ्यातून
आवाज यावा कानी

धम्म लेणीचे हे रान
आठवणीत जळतं आहे
क्षीण भोग पाषाणातून
का अश्रू गळत आहेत

नको काम, क्रोध, लोभ
जगी संदेश बुध्द देई
न कळे आज मानवाला
ही त्यागवंत निळाई

In This Lonely Place

Behind that hill,
All the trees are weeping,
The rock of Buddha
Is still weeping.

The world is filled
With the peaceful words of
Buddha
The sound of words can
Still be heard in this lonely place.

The jungle of Dhamma sculpture
Is still burning in the memory
The rock of Buddha is
Still shedding tears.

Though Buddha has given advice
To be away from lust, anger
Nobody understands the
meaning
Of the advice of the holy saint.

この孤独の場所で

その丘の向こうには
木々がすべて泣いている
仏の岩はまだ泣いている。

世界は仏の平和な言葉で満たされている
この孤独な場所では、
言葉の響きがまだ聞こえる.

ダッマ彫刻のジャングルは
まだメモリ内で燃えています。
仏の岩はまだ涙を流している。

仏は助言を与えたけれども
欲望、怒りから離れて
誰も聖なる聖者の忠告の意味を理解していません。

बाळ रडू नको

युद्धाने ओशाळलेले काळे नभ भयाण
गारठून
वेदनेचा झरा मनात साठवून
बुद्ध लेण्यांत वटवृक्ष छायेत
कुशीतल्या पंखांना ऊब देत
मोजते आहे जीवन दाहकता
हा तपस्वी वटवृक्ष ही
जणू प्रारब्धाचे भोग जटास टांगून
सोसत आहे युगानयुगे

दुःख आणि दुःखांचे हिंदोळे माझ्या
सारखेच
जगान एवढ दुःख का?
कशासाठी? किती घाव
परिसीमा नसलेलं सोसण्यापलीकडे
उत्तर असतांना नसल्यासारखे
उत्तर नसतांना असल्यासारखे
तिचे वेदनेचे बांध फुटून जातात
नकळत ओझरतात आसू गालावर
तिची समजूत तिचा मुलगा
आई नकोना रडू, मी शोधेन बाबांना
इतक्यात अतिथी देवो भव! संस्कृती
बंदूकधारी शिपाई सहकार्यास
त्यांच्याकडे धावून जाताच
तो मुलगा ओऽऽअंकल मारायच तर मला
मारा
माझ्या आईला नऽ नऽ शब्द गुंतत जोरात
रडत
याच बंदुकीच्या गोळीने माझे बाबा घाबरले

Don't Weep, O' Baby

With freezing black clouds
dejected due to war
holding the painful reservoir
and accumulating the lake of
pain in my memories,
I am trying to figure out its
burning intensity
In the caves of Buddha and
under the shadow of banyan
tree,
giving warmth to the wings
This Banyan tree is also,
Why the world gives a lot of pain
For what and how much and
what it gains
It is beyond all boundaries and
levels of my tolerance
It seems to be not answerable
although it does have an answer
And it seems to be answerable
although it does not have one
Walls of her pain break down
Without her notice the tears flow
down
Her son consoles her
'Don't cry mom, I will find my
father!'
Suddenly one gun holding Sepoy
runs to them!
Tries to help them!
But that boy says, 'Kill me if you
want, but spare my Mother'
My father was afraid of these
Bullets,

अन् आई म्हणते ते अजून परतले नाहीत
त्या शिपायाने त्याला कवटाळले
बाळ रडू नको
येथे **शांतीचा बुद्ध** राहतो

But mom says, 'He hasn't
returned yet!'
The Sepoy embraces him!!
Don't weep O' Baby!
Here lives Peaceful Buddha!!

お子様、泣かないでください …

黒い空は戦争の恐れで冷やされていた、

悲しみの流れを心の中で。

仏教の洞窟では、バンヤンツリーの影で。

羽の暖かさと

人生は炎症を測定しています。

この年齢の古いバンヤンツリー

彼の運命を彼の枝と結びつけるように。

私と同じように

彼の悲しみの時代の後に苦しんでいます。

この世にはなぜそんなに悲しみがあるのか。

彼女の悲しみは頬を涙の形で転がす。

彼女の息子は彼女に「お母さん、泣かないでください私は私の父を検索します」と言います。

すぐに、銃を持っている兵士が彼らの助けのために来る。

「おじさん、誰かを殺したいなら、私を殺してください。

私の父はこの非常に銃を恐れていた。

私の母は彼がまだ戻ってこないと言ます」。

兵士は子供を鎮静させ、

「子供、泣かないでください。平和の仏様がここに住んでいます。」

बुध्द रोज रडतो

रोज उगवतो
नवी स्वप्ने घेऊन
मानस उठतात
हाती शस्त्रे घेऊन

रोज मावळतो
घावाचे दुःख पाहून
झोपतो कुठे
डोळ्यांत रात्र ठेवून

रोजच पाहतो डोळ्यांत
नवी आशा ठेवून
रोजच रडतो त्यांच्या
डोळ्यांत अश्रू पाहून

शीतल चंद्रमाचे
चांदणे पाहून
बुध्द रोज रडतो
लेण्यांत दाराशी येऊन

Buddha Cries Daily

The day starts with new dreams
But the men get up with arms in their hands.
The sun sets looking at the injuries,
But he cannot go to sleep.
He always sees new dreams in his eyes,,
But he cries daily, looking at the tears in his eyes.
Buddha cries daily in all the moonlit nights
Coming to the doors of caves.

仏様は毎日泣きます

その日は新たな夢から始まりますが、

男たちは両手を両手にして起きます。

けがを見て日が沈むが、

彼は眠ることができない。

彼はいつも自分の目に新しい夢を見ていますが、

彼は自分の目の涙を見ながら毎日泣きます。

毎日すべての月夜に仏様は洞窟の扉にやって来て泣きます。

मानवतेची बुध्द मूर्ती

कोणास विचारू मी
अपराध काय माझा
धर्म काय, जात काय
इवल्याश्या घरट्यात माझ्या

उपाशी झोपते माय
कोपऱ्यात बाप माझा
लेकरात आटून जीव
डोळ्यांत साठवी पाना

उडण्या आधी पंखांची
रक्तात भिजली नाळ
कुण्या जगी का वाजतो
नुसता हिंसेचा टाळ

काय गुन्हा सांगू मी
जन्म देती जन्मदात्यांचा
वैरत्वाने भरले जग
गुन्हा नव्हे न त्यांचा

स्वार्थाचे घर बांधोनी
पाडल्या मानवतेच्या भिंती
मानवा तुझ्याच भल्यासाठी
हृदयात जगी वसते
मानवतेची बुध्द मूर्ती

Buddha-Statue of Humanity

Whom should I ask
What is my fault?
What is my religion, my caste,
I am in a tiny nest.

My mother slept empty stomach
Father is sitting in corner,
His eyes filled with love
For his kid.

Before flying in the sky,
The birth is filled with blood,
But do not know why
The world is filled with violence.
How can I tell what is
The fault of my parents,
The world is filled with enmity
Is n't this their crime?

The houses are built
Demolishing the walls of
humanity
Oh man, the Buddha is here
Just for your well-being.

仏像 – 人類の像

だれに聞けばいいですか
私のせいですか？
私の宗教、私のカーストは何ですか、
私は小さな巣にいます。

私の母は空腹を眠った
父は隅に座っています、
彼の目は彼の子供への愛で満ちていた。
空を飛ぶ前に
誕生は血でいっぱいです、
しかし、なぜかわからない
世界は暴力でいっぱいです。
どうしたらわかりますか
両親のせいです、
世界は敵意に満ちている
これは彼らの犯罪ですか？

家が建っています
人類の壁を取り壊す
おお、仏はあなたの幸福のためだけにここにあります。

मार्तंडा सम चंद्र

आनंदाचा श्वास बुद्ध
सकळ इंद्रियेची बुद्ध
जगी मैत्रीचा संग
असावा सदैव बुद्ध
बुद्ध सेवेशी आनंद
गुरु शिष्य आत्मानंद
आज्ञेचा जगी विहरतो
मार्तंडा सम चंद्र
महापरिनिर्वाणी साक्ष
देहातला अनंत
सांगे आनंदास
शोकव्यर्थ नश्वराचा

Sun Like Moon

Buddha is breath of Ananda,
All senses are Buddha,
Buddha should be friend
Of all always,
Ananda is in service of Buddha
Guru and disciple in bliss!
Order pervades the world!!
The sun like moon is seen
In the world of order
At the time of MahaPariNirvan,
The infinite in the body tells
Ananda
Futile is grieving for the perishable!.

महापरिनिर्वाण

दिस माथ्यावर येऊनी
ढळला सांज वाटेनी
जिवाची करूनी ओढाताण
गेला सत्याच्या वाटेनी

मानवा काय रे या जगी
दुःखा-दुःखांचे डोंगर
पावलो-पावली भेटेल
तुला दुःखांचा बाजार

पुनवेचा चंद्र साक्षीला
रात्र आठवणीत जळते
डोळ्यांमधील आसवांत
बुध्दाची काया दिसते

हाताची करूनी उशी
बुध्द गेला महापरिनिर्वाणाशी
काळ्या पाषाणांच्या हृदयाशी
रात्र जागते उशाशी

Departure To Heavenly Abode

The day started in the morning
And after the noon,
Passed in the evening on the
path of truth.

Oh man, this life is filled
With the heaps of sorrow
And you will come across
Sorrow at every step

In the full moonnight,
The night passes with memories,
In the tears in eyes
The shape of Buddha is seen

Buddha went to his Heavenly
abode
Reclining with his band under
his head
The night passes near the heart
Of black stone.

天国への出発

朝から始まる日
そして正午の後、
真実の道で夕方に渡されました。

おお、この人生は満ちている
悲しみの山と
そしてあなたは出くわす
あらゆるステップで悲しみます。
満月の夜に、
その夜は思い出に残る
目の涙の中で
仏の形が見られる

仏は、彼の頭の下で彼の手で横たわって
彼の天の住居に行きました。
夜は黒い石の中心部近くを通過します。

त्रिकाळाचे सत्य

तुझ्या जन्म साक्षीचे
गाली आहे गोंदणे
उगवले होते मी
पौर्णिमेचे चांदणे

वैशाखीचा चंद्र
उगवून भूवरी
तेजाचा कळस डोई
बोधी ठेवुनिया

त्रिकाळाचे सत्य
मी आहे साक्ष
मावळला चंद्र
महापरिनिर्वाणाचा

Eternal truth

I have a mark on my cheek
That I am witness of your birth,
As though I was witness to
The brightness of the moonlight.

The moon of Vaisakh
Has risen on earth,
With the crown of light,
On his head.

I am witness to the
Birth of eternal truth
And the setting of
The moon on Mahaparinirvan.

トリカール(3期) の真実

満月の夜に、月が昇るように、

頬に、誕生マークがあります。

「ワイシャク」の月に月が地球に昇る。

「菩提」の木は輝きの神殿となる。

私は「トリカール」(3 期) の証人です。

「マハパリニラワナ」(解放) の月が入りました。

पर्यटक

अतिथी देवो भव!
पाषाणांच्या कातळावर रूजलेली संस्कृती
नतमस्तक व्हायला शिकवते ती येथेच
विलोभनीय लेण पाहण्याचेही भाग्य असावे
त्यासाठीच तू जगाच्या कोपऱ्यातून
केठून? कसा तहानलेला
भुकेला असेल नाही का?
तू लेण्याचे विहंगम दृष्य पाहताना
भारावला असेल नाही का ?
तुला प्रत्येक लेण्यांमध्ये
बुध्दाचे जीवन उंबरा ओलांडावा तसे वेगळेच
जणू आयुष्याची उतरंड यथोच्छ शिखरावर
जाऊन
पुन्हा आयुष्याची उतरंड स्वत:च्या हातांनी
खचवत जाणारी
तुला याच लेण्यांमध्ये रत्नजडित
सिंहासनावरून
काळच्या मातीच्या व्यासपीठावर ध्यानस्थ
आणि शेवटी महापरिनिर्वाण क्षणी शांत
झोपलेला बुध्द
तुझ्या नजरेसमोर तेव्हा तुमचे डोळे
पाणावले
जड अंत:करणाने त्या लेण्यांमधून
तुम्ही नि:शब्द बाहेर पडता
असंख्य प्रश्नांचा भडिमार तुमच्यावर झाला
जणू योध्दयास रणांगणावरती कुठल शस्त्र
वापरावे
या प्रश्नात स्वत:ला हरवून गेल्यासारखं
चक्रव्यूहात सापडलेल्या अभिमन्यूसारख

The Tourist

Guest is like a God to us!
This culture is carved on the
rocks
And makes you to bend your
head,
You have to be lucky to see the
Sculpture .That is why you come
From all nooks and corner of the
world.
You must have forgotten that
you are hungry and thirsty
While looking at the sculpture
and you must be
Overwhelmed by the beauty of
the sculpture
You must have observed the life
of Buddha
In every sculpture,which is
unique,
It takes to the heights of
Himalaya and
Back to the level ground like life.
You must have seen Buddha
sitting on the throne
And then in another sculpture
sitting on earth in penance.
And finally resting in peace.
(Mahaparinirvan/Departing to
heavenly abode)
You must have tears in your
Eyes, you leave the place with
your heavy heart,
You are faced with lots of
questions , as though

तू सुध्दा चंद्रकोर लेण्यांत सापडला
साम्राज्यासाठी जग निष्पापांचे बळी घेतेय
मानवता हिंसेमध्ये चिरडली जातेय
तर माझा बुध्द अहिंसेच्या तत्त्वासाठी
साम्राज्याला चिरडून गेला
त्याला हिंसा नको होती
त्याला युध्द नको होते
म्हणूनच तुम्हालाही वाटतेय
युध्द नको बुध्द हवा

A warrior who is confused which
armour to be used.
Like Abhimanyu in Chakravyuh,
(a warrior in Mahabharat)
you must have been
Caught in the sculptures.
You see violence everywhere for
spreading the kingdom
And the mankind is getting
trampled in the crusade.
But my Buddha trampled
kingdom, in search of Ahinsa.
He did not want violence,
He did not want war.
Therefore, now you also long for
Buddha
And not for war.

観光客

ゲストは私たちにとって神のようなものです！

この文化は岩に刻まれています

そして頭を曲げさせる

あなたは彫刻を見るためにラッキーでなければなりません。

だからこそ、あなたは世界の隅々からやって来るのです。

あなたは空腹でのどが渇いていることを忘れているに違いありません

彫刻を見ながら、あなたは彫刻の美しさに圧倒されなければなりません

あなたはあらゆる彫刻の中で仏の生涯を観察したに違いない。

それはヒマラヤの高みに戻り、生活のように平地に戻ります。

あなたは仏が王座に座っているのを見たに違いない。

そして、もう一人の彫刻の中に苦しみながら地球上に座っています。

そして最後に安らぎを。（マハパリニラヴァナ /天国への出発）

あなたはあなたの目に涙がなければなりません、あなたはあなたの重い心で場所を去ります、

あたかもあなたはたくさんの質問に直面しています

どの装甲を使用するか混乱している戦士。

チャクラヴュハのアビマニューのように、（マハバラタの戦士）

あなたは彫刻に捕まったに違いありません。

あなたは王国を広めるために至る所で暴力を見ます

そして人類は十字軍に踏み込まれつつあります。

しかし私の仏はアヒムサを求めて王国を踏みにじった。

彼は暴力を望んでいませんでした、

彼は戦争を望んでいませんでした。

ですから、今、あなたも仏を待ち望んでいます、戦争ではありません

वाघोरा (नदी)

सप्त कुंडांची करूनी ओंजळ
जणू उभ्या सप्तर्षी तारका
बुध्दाच्या चरणांवरती
वाहती निरंतर ती सरिता

कड्या कपारी जन्म होऊनी
भाग्य ऐसे लाभते
नाम सदैव मुखी बुध्दाचे
कर्माशी पुण्य भाग्य लाभते

अथांग ज्ञानाचा सागर
ओतप्रोत भरल्या काठा
परिसा स्पर्श मानवा
उजळूनी आयुष्याच्या वाटा

Waghora (River)

The seven stars of Saptarshi
Have gathered together
With water from seven kundas
And are pouring the holy water
On the feet of Buddha .

You get such a fortune
Even after being born in the
jungle
When the name of Buddha is
Always on your lips,
You get such a fortune with
Your Karma

He is filled with knowledge
Which has no bounds,
Just with a touch of Parees, (This
is
Hypothetical metal, with the
touch of this metal,

Iron is transformed into gold)
The life of mankind is
brightened.

ワゴラ（川）

サプタルシの七つ星
一緒に集まった
7つのクンダからの水で
そして聖水を注いでいる
仏の足元に。

あなたはジャングルで生まれた後でさえ、そのような幸運を得る
仏の名が常にあなたの唇にあるとき、
あなたはカルマでそのような幸運を得ます。

彼は知識にあふれている境界がない
ちょうどパリース (これは、この金属のタッチで、仮説の金属であり、
鉄は金に変身する) のタッチで、
人類の命は明るくまります。

ओढ

सुन्या-सुन्या रानात, एकटीच्या मनात
जो तो पाही तुजला, प्रेम दाटते हृदयात

जिवलगा परीस, काहूरे हा जीव
वाट सरूनी सरता,ओढ लागते अजून

चिटपाखरांची,झोपी गेली शाळा
कूस बदलोनी, तुझा लागतो का डोळा?

अंधाऱ्या रात्री, तुझा ऊर दाटूनी ग येतो
आसवांना बघत तुझ्या, पौर्णिमेचा चंद्र वर
येतो

तुझ्या हळूच कानी,रडू नको अशी
मी तुला पाहण्यास,नाही का येतो

The Longing

In this lonely jungle,
In this lonely mind,
Everybody is looking at you
With love in heart.
My heart is longing
For you like a friend,
Even after running in
Many ways, the longing
Does not subside.
All the birds school have gone
To sleep.
You are changing sides,
Are you not feeling sleepy?
In this lonely night,
You feel like crying,
And looking at your tears,
The moon rises in the night
Somebody whispers in
The ears, why are you crying,
Do I not meet You daily?

あこがれ

こ.の孤独なジャングルでは、

.この孤独な心の中で、

.皆さんは心から愛をもってあなたを見ています。

.私の心は友達のようにあなたを憧れています、

.多くの方法で走った後でさえ、憧れは鎮まりません。

.すべての鳥の学校は眠りについた。

.あなたは側を変えつつあります、

.眠くないですか？

.この孤独な夜に、

.泣いている気がします、

.そしてあなたの涙を見て、月は夜に昇る

.誰かが耳にささやく、なぜあなたは泣いています、

.私はあなたに毎日会いませんか？

मुळीच नाही

लेण्याद्रीच्या कुशीत बुध्दांचे जीवन
जणू पौर्णिमेच्या चंद्रासारखं कलेकलेने तेजाळलेलं
तर त्याच लेण्यांमध्ये बुध्दाच्या जीवनाला
जणू ग्रहण लागून आयुष्याला झाकाळलेलं
मग या पाठशिवणीच्या खेळात
ग्रहणाने कधी चंद्राची शीतलता लोपली काय?
ग्रहणाने कधी सूर्याचे तेज लोपलं काय?
मुळीच नाही, कधीच नाही आणि केव्हाही
म्हणून तर एका सुखमय आयुष्याला
दुःखाचं ग्रहण लावून घेतल्यानं
त्याच्या तत्त्वज्ञानाची परीक्षा दुःखमय ग्रहणात लोपली कुठे?
ती तर उभ्या जगात आजही ओसंडून वाहते आहे

Never

The life of Buddha has been carved
In the rocks of hills,
Which is lightened like a full moon
But in the same caves,the life of Buddha has
Been darkened by eclipse.
But can the eclipse completely cover
The brightness of the moon?
In this process of eclipse, can the brightness
Of Sun be minimized?
Certainly not. No.Never.
Then how come his philosophy can be eclipsed
By a single incident of sorrow ?
Even today the world is filled with his philosophy.

まさか！

仏の命は刻まれています
丘の岩の中では、
満月のように明るくなる
しかし、同じ洞窟の中で、仏の生涯は
日食により暗くなった。
しかし、日食は月の明るさを完全に
カバーすることができますか？
この日食の過程で、明るさは
太陽の最小化？
確かに違います。いいえ。
それでは、どうして彼の哲学は食い違うことができるのでしょうか。
悲しみの単一の事件では？
今日でも世界は彼の哲学で満たされています。

संदेश

चंदनाच्या देही
सुगंधाचे घर
तैशीची बुध्द
झाले एक

कोकिळेच्या गळा
कंठातील वाणी
तैशीची मंजूळ
बोलूनी गेले

वस्त्याशी भय
असुरा अंगुलीचे
त्याशी भिक्षू
करूनी गेले

निर्धन माते
उष्टेची फळ
सांगून गोडी
दानाचिया

The Message

The sandal wood
is good smell,
Only Buddha was
Like this,

The cuckoo (Name of a bird) has
A heavenly voice,
Only Buddha
Had such a voice.

People were afraid
Of Anguli,
Only Buddha made
Him Bhikkhu.

The poor mother
Was given a piece
Of fruit,
Only Buddha gave
Her the happiness
Of Daan.

メッセージ

サンダルウッドの体に
たっぷりのアロマ、
そのような仏様.

仏様の声は、
繭の甘い声のように
旋律的でした。

生息地への
悪魔の恐れが
彼を僧侶にした

貧しい母親は、
半分食べた果物を
施しとして与えました.

कळीत असावा गंध (रॉर्बट गिल-पारो प्रेम कहाणी)

तुज पाहण्या एक वेळा
डोळयांत आटले प्राण
श्वासांत श्वास रोखूनी
ह्दयात आले त्राण

कुठे मनाशी आता
जीव लावतो हा जीव
कुठे दिसेना आता
ह्दयातला हा देव

ओस पडली ना वाट
एकटाच मी वाटेत
तुझ्या पावलांच्या खुणा
घेऊनी सावलीस

विरहात ओवाळितो
आसवांच्या करूनी वाती
आहे ह्दयात माझ्या
पारो तुझीच मूर्ती

लेण्यांत उमलले फूल
बुध्दाला साक्ष ठेवून
कळीत असावा गंध
जगी सांगतो आहे बुध्द

Aroma In Bud (love story of robert gill and paro)

Just to see you once,
The eyes are longing,
The breath is stuck ,
And the heart is pounding.

Do not know how
The love plays part
Do not know how to find
The god of heart.

The path is lonely
And I am looking for
Your footsteps
Under the shed of a tree.

I am looking for you
Lighting tears of my eyes,
Paro,Your figure is set
In my heart.

The flower was found
In the sculpture
In the presence of Buddha
The bud should have aroma
Tells Buddha to the world.

アロマ・イン・バド（ロバートギルとパロのラブストーリー）

一度だけあなたに会うために、
目は憧れています、
息が詰まっている、
そして心はドキドキしています。

方法がわかりません
愛はその一部を演じる
見つける方法がわからない
心の神です。
道は孤独です
そして私は探しています
あなたの足跡
木の小屋の下

私はあなたが私の目の涙を照らすのを探しています、
パロ、あなたの姿は決心しています。

花が見つかりました
彫刻の中で
仏の存在下で
芽は香りを持つべきです
世界にブッダは伝えています。

पारो

नभी चंद्रागणी टिपूर चांदण
निळ्या अंगाशी गोंदल गोंदण
काय जणू ही रात्र भावरी
भोळ्या प्रीतीचीच मजकरी मस्करी

रान कुशीची, मी रानवेडी
हृदयात रुजलं, पाखरू अवचितवेळी
पंखांच्या सोबती, आतुरला हा जीव
हिंडतो घेऊनी, माझा का जीव?

पाना-फुलांत लपून सपान
कशी यौवनाची, झाकू रे सकाळ
अंधारले मन, अंधाऱ्या काळोखी
नको उजाडू रे, एक घाव दोन पक्षी

Paro

The sky is bright with moonlight,
The dark body dotted with tattoo,
Is the night playing with me
The sweet mischief of love too.

I belong to the open fields,
Suddenly somebody entered my heart,
Now I long to be with him,
Don't know why?

My dreams are hidden in flora and fauna
I hardly can hide my desires,
My mind is groping in the dark ,
Let this night never end, lest I lose both in one mark.

www.ingramcontent.com/pod-product-compliance
Ingram Content Group UK Ltd.
Pitfield, Milton Keynes, MK11 3LW, UK
UKHW021912190726
13853UKWH00002B/643